சித்தர் பூமி

சதுரகிரி

சித்தர் பூமி

சதுரகிரி

கே.ஆர். ஸ்ரீநிவாச ராகவன்

கிழக்கு

சித்தர் பூமி - சதுரகிரி
Siddhar Bhoomi - Sadhuragiri
K.R. Srinivasa Raghavan ©

First Edition: May 2007
112 Pages
Printed in India.

ISBN: 978-81-8368-326-5
Title No: Kizhakku 771

Kizhakku Pathippagam
177/103, First Floor,
Ambal's Building, Lloyds Road,
Royapettah, Chennai 600 014.
Ph: +91-44-4200-9603

Email : support@nhm.in
Website : www.nhm.in

Author's Email : srinivasaragavan_kr@yahoo.co.in

Photo Courtesy : M. Ganesan

Kizhakku Pathippagam is an imprint of New Horizon Media Private Limited

உள்ளே

பயணத்துக்குத் தயாரா?

'எங்கெல்லாமோ போறீங்க. சதுரகிரி பாத்திருக்கீங்களா? ஷிர்டினு சொல்றீங்க, சிருங்கேரின்னு சொல்றீங்க! காஞ்சன் காடு அது இதுன்னு வேற என்னவெல்லாமோ சொல்றீங்க! தமிழ்நாட்டுல இருக்குற சதுரகிரிக்கு போனதில்லைன்னு சொல்றீங்களே!'

வம்புக்கிழுத்தார் நண்பர்.

உண்மைதான். பத்திரிகையில் பணியாற்றியதால், பல்வேறு இடங்களுக்குச் சென்றதும், அந்த இடங்களைப் பற்றி எழுதியதும் நிஜம்தான். ஆனால், சதுரகிரிக்குச் செல்லும் சந்தர்ப்பம் ஏனோ அமையவில்லை.

பின்னொருமுறை, திருவண்ணாமலை கிரிவலத்தின்போது ஒரு சாதுவைச் சந்தித்தோம்.

'சாமி, நீங்கல்லாம் படிச்சவங்க. உங்களுக்குப் புரியுமான்னு தெரியலை. இந்த அண்ணாமலைக்கு வந்திருக்கீங்களே, இங்க வந்ததனால என்ன புரிஞ்சுகிட்டீங்க?' என்றார் அவர்.

அவர கேட்க வருவது என்னவென்று புரியவில்லை. நம்முடைய மௌனத்தைக் கண்டு அவரே தொடர்ந்தார்.

'கோயிலுக்குள்ள ஒரு லிங்கம் இருக்கு. கோயிலைச் சுத்தி எட்டு லிங்கம் இருக்கு. சுத்திச் சுத்தி எல்லாத்தையும் பார்த்து கும்பிடுறீங்க. என்ன புரியுது உங்களுக்கு? கூட்டமா வர்றீங்க. சிரிச்சுப் போசிகிட்டு சுத்தறீங்க. துண்ணூறு பூசிக்கிட்டு போறீங்க. எதைத் தெரிஞ்சுக்கணுமோ, அது தெரியாம போறீங்களே!' என்றவர், தொடர்ந்தார்.

'உள்ள இருக்கற அண்ணாமலையார்தான், இந்த மலையாகவும் இருக்கார். சுத்தி இருக்கற லிங்கமாகவும் இருக்கார். சுத்திச் சுத்தி வரீங்களே! நீங்களாகவும் இருக்கார். அந்த உசந்த ஞானம் வேணும். அதை அடையணும். அதுக்காகத்தான் இங்கே வரோம். இங்கயே சுத்திச்சுத்தி, நாம பண்ணிய பாவமெல்லாம் தேஞ்சு, நன்மை பெருகணும். இதுக்காகத் தானே வரோம்?'

‘ஆம்’ என்று தலையசைத்தோம்.

‘அப்படி ஞானம் கைகூடிட்டா, மக்கள் நடமாட்டம் அதிகமாகிட்ட இங்க வருவமா? பேசாம, சதுரகிரி போய் ஏதாவது குகையில உக்காந்துட மாட்டோம்?’ என்றும் சொல்லிச் சிரித்தார்.

சுரீலென்றது எனக்கு.

நான்கு ஆண்டுகளுக்குப் பிறகு, சதுரகிரி மீண்டும் நினைவூட்டப்படுகிறது. அந்த எண்ணத்தை, மேலும் அதிகப்படுத்தியது.

ஸ்ரீமௌன ஸ்வாமிகளின் சரிதம்!

‘வானரங்கள் கனிகொடுத்து மந்தியோடு கொஞ்சு’கின்ற திருக்குற்றாலத்தில், ஸ்ரீ சித்தேஸ்வரி பீடத்தை ஸ்தாபித்தவர் ஸ்ரீ மௌன ஸ்வாமிகள்.

அவருடைய வரலாற்றில் வருகிறது இந்தச் சம்பவம்!

‘...சுவாமிகளுடன் நாங்கள் அனைவரும் பயணித்தோம். பிரம்மச்சாரிகளைத் தவிர வேறு யாரும் மலையில் ஏறக் கூடாது என்று பயமுறுத்தினார்கள். ‘நான் சொல்றேன், வாங்க!’ என்று சொல்லி, எங்களை உற்சாகப்படுத்தி அழைத்துச் சென்றார் ஸ்வாமிகள். பெரும் மரங்கள் நிரம்பிய அடர்ந்த காட்டுப் பாதை.

செல்லும் வழியில் பாறைகள் உடைந்து நீட்டிக் கொண்டிருந்தன. கவனமாகப் பார்த்து நடந்தோம்.

மலையேறி, சுந்தர மகாலிங்கரை தரிசிக்கும்போதே மாலையாகிவிட்டது. பகலிலேயே இருள் தட்டும் மலைப்பாதையில், இரவு நேரத்தில் எப்படிக் கீழிறங்குவது என்று தயங்கினோம்.

‘இரவு இங்கேயே தங்கிவிட்டு, காலையில் கீழிறங்கலாம்’ என்றார் சுவாமிகள். சுற்றிலும் கட்டைகளைப் போட்டு நெருப்பை மூட்டினோம். நடுவில் அமர்ந்துகொண்டோம். வெகுநேரம் கடந்தும் தூக்கம் வரவில்லை.

நடு இரவுக்கு மேல் தூக்கம் வந்தது. காலை கண்விழிததுப் பார்த்தால் சுவாமிகளைக் காணவில்லை.

அதிகாலைப் பொழுதில், காட்டினுள் இருந்து ஒருவர் வந்து சுவாமியை அழைத்ததாகவும் அவருடன் சுவாமிகள் சென்றதாகவும் சொன்னார் உடன்வந்தவர்.

இப்போது என்ன செய்வது?

காட்டுக்குள் செல்வதா? கீழே இறங்குவதா? ஒன்றும் புரியாமல் தடுமாறினோம். அப்போது, காட்டின் முனையில் தெரிந்தது ஸ்வாமிகளின் திருவுருவம்.

அவரைக் கண்டபிறகுதான், எங்கள் மூச்சு நிதானப்பட்டது. ஸ்வாமிகளின் தோற்றத்தில் ஏதோ மாற்றம் தெரிந்தது. கூர்ந்து கவனித்தேன்.

அவருடைய கழுத்தில் இருந்த மாலைகள் மாறியிருந்தன. தோளில் மாட்டியிருந்த பையும் மாறியிருந்தது. என்னவென்று வினவினேன்.

'நீங்களெல்லாம் சந்திக்கும்போது, கைகுலுக்கிக் கொள்கிறீர்கள் இல்லையா? அதுமாதிரி சந்நியாசிகள் நாங்கள் சந்திக்கும்போது இவற்றை மாற்றிக் கொள்வோம்!' - என்றார் ஸ்வாமிகள்.

இந்தச் சம்பவத்தில் தொடர்புடையவர் ஸ்ரீ மௌன ஸ்வாமிகள் என்று பார்த்தோம். அந்த மலைப்பகுதி சதுரகிரிதான்.

அடுத்தடுத்து மூன்று முறை ரிமைண்டர் வந்த பிறகு, போகாதிருப்பது தவறு என்று தோன்றியது. அதற்கான வாய்ப்பும், பணி நிமித்தமாகவே அமைந்தது.

ஓர் ஆடி அமாவாசை நாளில் சதுரகிரி சென்றோம். அன்று, பக்தர் வெள்ளத்தில் மூச்சுவிடத் திணறியது சதுரகிரி. சர்வசாதாரணமாக ஒரு லட்சம் பேர், அன்றுமட்டும் மகாலிங்கரை தரிசித்திருப்பார்கள். முண்டும் முடிச்சுமான பாறைகளும் சரளைக்கற்களுமாக அமைந்த அந்த மலைப் பாதையில், ஐந்து வயது முதல் எழுபது வயது வரையிலான அனைவரும் பயணித்தார்கள்.

'சுந்தர மகாலிங்கத்துக்கு அரோகரா' என்ற கோஷத்தினால், திசைகளை அதிரடித்தார்கள். நூற்றுக்கணக்கில் குழுமிய சாதுக்கள், சங்குகளை முழங்கினார்கள். மலை முகடுகளில் மோதி எதிரொலித்தது அந்த முழக்கம்.

முடியிறக்குவது, அன்னதானம், நேர்த்திக்கடன் என்று ஒரு திருவிழாவின் அத்தனை அம்சங்களும் அந்த ஆடி அமாவாசை நாளில் இடம்பெற்றிருந்தன.

பல்வேறு சமூகத்தினரும், பேதமில்லாமல் பணி செய்தார்கள். சாப்பிட அழைத்தார்கள். தங்க இடமளித்தார்கள். இடம் கிடைக்காதவர்கள், மலைத் தரையையே பஞ்சணையாக்கிக் கொண்டார்கள். மலையின் எல்லாப் பகுதிகளையும் மக்கள் ஆக்கிரமித்துவிட்டதாகத் தெரிந்தது.

குழந்தைகளின் விளையாட்டும் கூச்சலும் ஓங்கி ஒலித்தன.

இவ்வளவு பெரிய கூட்டத்தை அன்று கட்டுப்படுத்திய காவலர்கள் எண்ணிக்கையை, விரல்விட்டு எண்ணிவிடலாம். அவ்வளவுபேர்தான். ஆனால், அவர்களுக்கு வேலை வைக்காமல் கூட்டம் வரையறைக்குள் கட்டுப்பட்டிருந்தது.

எப்படி இது சாத்தியமானது என்று மனதுக்குள் கேள்வி எழுந்தது.

சித்தர்களின் பூமி இது. அதனால், இங்கே பிரவேசித்த மனம் சுயக்கட்டுப் பாட்டை பெறுவது இயல்பு என்றும் தோன்றியது.

நடுக்காட்டு நாகர், வெள்ளை விநாயகர், பெரிய மகாலிங்கம், தபசுப் பாறை என்று பார்க்கவேண்டிய இடங்களை பட்டியலிட்டார்கள். ஆனால், தபசுப் பாறையை மட்டுமே சென்று பார்க்க முடிந்தது.

'சித்தர்களின் தவபூமியே! மீண்டும் உன்னைத் தரிசிக்கும் நேரம் வரும்' என்ற நினைவுகளுடனே அப்போது திரும்பினோம். ஏன் அந்த எண்ணம்?

இந்த சதுரகிரியில் உள்ள மூலிகைகள், சித்தர்கள் தவம் செய்த குகைப் பகுதிகள் இவைகளைப் பற்றி புத்தகங்களில் படித்த செய்திகள் ஏற்படுத்திய தாக்கம்தான் காரணம்.

நீண்டநாள்களாக மனதில் சுருக்கொண்ட இந்த எண்ணம், சமீபத்தில் உருக்கொண்டது.

பௌர்ணமி, சந்திரகிரகணம் இரண்டும் சங்கமித்த அந்த சனிக்கிழமை நாளில், சித்தர்கள் பூமி நம்மை அனுமதித்தது.

புதிய அனுபவங்களை அளித்தது. அதுதான், இந்தப் புத்தகம்!

ஓய்வெடுக்க என்று எங்கெங்கோ பயணிக்கிறோம்.

உண்மையில் ஓய்வு என்பது, ஒரு பணியை விட்டு மற்றொரு பணியில் முனைவதுதான்.

நீங்கள் ஓய்வெடுக்க விரும்பினாலும் சரி; மலையேற்றத்தில் ஆர்வமிருந் தாலும் சரி; காடுகளில் பயணிக்க முயன்றாலும் சரி; சித்தர்களைப் பற்றியும், அவர்களின் தவ அதிர்வுகள் நிரம்பிய பகுதிகளைக் காண விழைந்தாலும் சரி; பக்திப்பூர்வமாக யாத்திரை மேற்கொண்டாலும் சரி, சதுரகிரிக்கு வாருங்கள்.

உங்களுடைய எதிர்பார்ப்புகள் கண்டிப்பாக நிறைவேறும்.

இந்த வனத்தில் சித்தர்கள் எப்படி வசித்தார்கள் என்ற ஆச்சரியம் ஏற்படும். வசித்த இடங்களைப் பார்த்தால், பிரமிப்பு தட்டும்; அதற்கான வழியைப் பார்த்தால், பயம் வயிற்றைக் கலக்கும். ஆனாலும் ஒருமுறை பார்த்து விட்டால், மனம் தன்வயப்படும்; தியானம் சுலபமாகக் கைகூடும்.

காரணம், இந்த சதுரகிரி - சித்தர்களின் தவ பூமி; மூலிகைகளின் தாய்வீடு! புறப்படுவோமா?

அன்பன்,

கே.ஆர். ஸ்ரீநிவாச ராகவன்

1

'ஜில்'லுனு ஒரு டிராவல்

பயணங்கள்...

புதிய இடங்கள்; புதிய செய்திகள்; புதிய முகங்கள்; புதிய காட்சிகள் என்று, புதிய வரவுகளை புத்திக்குத் தருபவை!

சிந்தனை, ஆசை, உழைப்பு, தேடல், தோற்றம், குணம் என்று மனிதனுக்கு மனிதன் மாறு படுவது போலவே, இடங்களும் மாறுபடு கின்றன. ஒவ்வொரு இடத்துக்கும் ஒவ்வொரு செய்தி.

பணத்தேடலிலேயே பொழுதைத் தொலைத்துக் கொண்டிருக்கும்போது, பயண சுவாரஸ்யங்கள் பலருக்கும் புரிவதில்லை.

ஒருமுறை சத்குரு ஒருவர் சொன்னார்:

'பிரயாணம், யாத்திரைன்னு சொன்னா நிறைய பேர் பயப்படறாங்க. ஆனா, மனசை விசாலப் படுத்தவும் புத்தியைத் தெளிவா மாத்தவும், பிரயாணம்தான் ரொம்ப உதவும் தெரிஞ்சோ

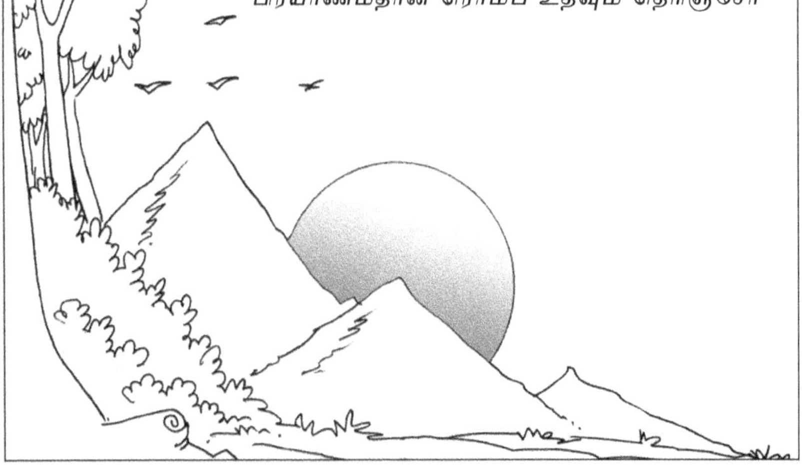

தெரியாமலோ ஒவ்வொரு மனிதனும் பிரயாணம் செய்யறான். ஜனனம்னு ஆரம்பிச்சு மரணம் வரைக்கும் பயணம். அதோட முடியறதா? இல்லை. பாவ புண்ணியத்துக்கு ஏத்தமாதிரி அடுத்த சுற்றும் வருது ஆத்மாவுக்கு. ஏன்?

இந்தப் பிரயாணத்துல நாம் அடைய வேண்டிய ஸ்டேஷன், 'பகவான்'னு தெரியலை. அது தெரிஞ்சு, அந்த ஸ்டேஷனை அடையற வரைக்கும், நமது பிரயாணம் தொடர்ந்துகொண்டே இருக்கும்.'

சத்குரு சொன்னது, மிக ஆழமான வேதாந்தம் அல்லவா?

உல்லாசப் பயணமாக இருந்தாலும் சரி; ஆன்மிக யாத்திரையாக ஆனாலும் சரி. அவை வழங்கும் அனுபவங்கள் சுவாரஸ்யமானவை.

போகப்போகிற இடம் எதுவோ, அந்த இடம் தொடர்பான விவரங்களை முன்கூட்டியே சேகரித்துக் கொள்வது; அது தொடர்பான செய்திகளை, புத்தகங்களை தேடிப் படிப்பது; இதெல்லாம் அந்த இடத்தைப் பற்றியும், அங்கு நாம் காண வேண்டிய இடங்கள் பற்றியும் தெளிவுபடுத்தும்.

பயணிக்கும் இடங்களைப் பற்றிய விவரங்களை ஏன் தெரிந்த கொள்ள வேண்டும்?

ஒரே ஒரு காரணம்தான்.

அவ்வளவு தூரம் பயணித்துவிட்டு, அங்கே காண வேண்டியதை பார்க்காமல் திரும்பிவிடக் கூடாது. பிறகு, அடடா! இந்த இடத்தைப் பார்க்கவில்லையே அந்த இடத்தைப் பார்க்கவில்லையே என நாம் ஏங்கவும் கூடாது. அதற்கான முன்னேற்பாடுதான், இந்தத் தேடல்கள்! எல்லா பயணத்துக்கும் அடிப்படை இதுதான்.

குறிப்பேடு, பேனா, கேமரா என்று ஞாபகமாக ஒவ்வொன்றையும் எடுத்து வைத்தாயிற்று. பேஸ்ட், பிரஷ், டவல், ஷால், ஆடைகள் என்று கவனமாகப் பார்த்து பெட்டியில் வைத்தாயிற்று.

செல்போன் அழைத்தது.

'சார், ஒம்போது மணிக்கு நான் பஸ் ஸ்டாண்ட்ல வெய்ட் பண்றேன். நீங்களும் வந்துடுங்க' என்றார் நண்பர் மாரிமுத்து.

மீண்டும் ஒருமுறை பொருட்களை செக்கப் செய்து, பஸ் ஸ்டாண்டில் நுழையும்போது மணி 9.10. நண்பர் பஸ்ஸருகே காத்துக் கொண்டிருந்தார்.

'இந்தாங்க டிக்கெட். காலைல 7.30 மணிபோல பஸ் ஸ்ரீவில்லிபுத்தூர் போயிடும். அங்க பஸ் ஸ்டாண்ட்ல உங்களுக்காக அர்ஜுனன்னு நம்ப நண்பர் வெய்ட் பண்ணுவார். ஆள் கறுப்பா இருப்பார். போலீஸ் கட்டிங் மாதிரி வெட்டிருப்பார். நல்லா, பட்டையா துண்ணூறு பூசி குங்குமம் வெச்சிருப்பார். வெள்ளை வேட்டி சட்டையுமாக இருப்பார்.'

மாரிமுத்து கடகடவென்று பேசிக்கொண்டே போனார்.

12

‘உங்களை கோயிலுக்கு கூட்டிட்டுப் போய்ட்டு, திரும்பக் கொண்டுவந்து பஸ் ஏத்திவிடற வரைக்கும் கூடவே இருப்பார். அவர் செல் நம்பரை நோட் பண்ணிக்கங்க.

நம்பரைக் குறித்துக்கொண்டு, பஸ்ஸினுள் ஏறினோம். மிகச் சரியான நேரத்தில் பஸ் கிளம்பியது. ஸீட் நம்பர் ஒன்பது. சன்னலோரமாக உட்கார்ந்து பயணிப்பது எப்போதுமே சுகம்தான். அதுவும் பயணத்தின்போது, முகத்தை காற்று வேகமாக வருடுவது, ஓர் அலாதி சுகம்!

‘காற்று’ மோதியதும் சிந்தனை திசை மாறியது.

மூச்சுக் காற்றைப் பற்றி யோசனை வந்தது.

ஒரு நாளைக்கு 21,600 முறை மூச்சு விடுகிறோம். அதை கொஞ்சம் கொஞ்சமாக குறைத்து, ஆயுளை நீட்டிக்கும் ‘வாசியோகம்’ என்ற வித்தையைத்தான் சித்தர்கள் கைக் கொண்டார்கள்.

சராசரி மனித அறிவால் அறிந்துகொள்ளமுடியாத ஞானக் கருவூலமாக விளங்கியவர்கள் சித்தர்கள். மருத்துவம், ஜோதிடம், ரசாயனம், ரசவாதம், உடலைப் பேணும் முறை என்று சித்தர்களின் கைபடாத இடமே இல்லை. மனிதகுலம் உயர்வதற்காகவே உழைத்த மகான்கள் இவர்கள்.

சுமார் பதினான்கு ஆண்டுகளுக்கு முன் கேள்விப்பட்ட பெயர் சதுரகிரி. அங்கே நடக்கும் ஆடி அமாவாசை விழாவைப் பற்றி விவரித்திருந்தார் மாரிமுத்து; ராஜபாளையத்தைச் சேர்ந்தவர்.

‘ஆடி அமாவாசைதான் அங்க விசேஷம். அப்ப எங்க ஊர்ல மட்டும் இல்ல; சுத்துப்பட்டு ஊர்ல இருந்தெல்லாம் சனம் கூடும். கம்பை ஊனிக்கிட்டு கிழவன், கிழவி, குஞ்சு, குளுவான்னு ஏகமா போவாங்க. லச்சம் பேத்துக்கு மேல அந்த ஒருநாள்ல சாமி கும்பிடுவாங்கன்னா பாத்துக்கங்க.

அந்நேரம் அங்க ஏகப்பட்ட சாமியாருங்க இருப்பாங்க. நம்ம ஆளுக, அவங்க முன்னால போய் உக்காந்துகிடுவாங்க அவங்களும் குறி சொல்வாங்க. பக்கத்துல இருந்து பாத்தா மாதிரி ரொம்பச் சரியா சொல்லுவாங்க. உண்மையை புட்டு புட்டு வைப்பாங்க?’ என்று வியப்பை ஏற்படுத்தினார்.

அடுத்து, சித்தர்களைப் பற்றியும் அவர்கள் வசித்த சதுரகிரியைப் பற்றியும் பேசி ஆர்வத்தை மேலும் அதிகப்படுத்தியவர், திருக்குற்றாலம் சித்தேஸ்வரி பீடத்தை அலங்கரித்த ஸ்ரீ சிவ சித்தானந்த பாரதி ஸ்வாமிகள்.

ஆன்மிக மாத இதழ் ஒன்றின் தீபாவளி மலருக்கான பயணத்தின்போது, ஸ்ரீ சுவாமிகளை தரிசிக்கும் வாய்ப்பு அமைந்தது. ஸ்ரீ சித்தேஸ்வரிக்கு பூஜைகளை முடித்துவிட்டு நம்மைச் சந்தித்த சுவாமிகள், இரண்டு மணி நேரத்துக்கு மேல் உரையாடினார்.

‘சதுரகிரி, அற்புதமான தபோநிலம்!’

அற்புதப் பிரதேசத்தில்அமைந்திருக்கும் வனகாளி

தெரிஞ்சு தொட்டாலும் தெரியாம தொட்டாலும் மின்சாரக் கம்பி, ஷாக் அடிக்குது.

ஏன்? அந்த அளவுக்கு அங்கங்க கனெக்ஷன் கொடுத்திருக்கு. அதனால, ஷாக் அடிக்குது.

அதே மாதிரிதான் சதுரகிரியும், அங்கயும் வயரிங் செஞ்சிருக்கு, அங்க கரெண்டுக்குப் பேரு, தபஸ்!

அந்த எல்லைக்குள்ள போய்ட்டாலே - மனசும் புத்தியும் ரொம்ப நிதானப் படும்; ஆசையும் கோபமும் மட்டுப்படும்; அமைதியும் அன்பும் சுபாவமா ஏற்படும். காரணம், தபஸ்!' என்ற சுவாமிகள், தொடர்ந்து பேசினார்.

'சித்தர்களோட தவபுமி அது. இப்பவும் அங்க சித்தர்கள் உலவறாங்க. ஊட்டியில இயல்பாவே குளிர் இருக்கற மாதிரி, சதுரகிரியில இயல்பாவே அருள் இருக்கு!'

சற்றே தெலுங்கும் தமிழும் கலந்து பேசினார் ஸ்வாமிகள்.

சதுரகிரிக் காதல் அதீதமானது. ஞாபக அலைகள் மேலும் புரண்டன.

'அதென்ன பேரு, சதுரகிரின்னு?'

'இந்திரகிரி, ஏமகிரி, வருணகிரி, குபேரகிரின்னு நாலு மலைகள். அதுக்கு நடுவுல, சிவகிரி, பிரம்மகிரி, விஷ்ணுகிரி, சித்தகிரின்னு நாலு மலைகள். 'சதுர்' என்கிற வார்த்தைக்கு 'நான்கு'ன்னு பொருள். அதனால, அந்த இடத்துக்கு சதுர கிரின்னு பேர்.'

பொழுத நன்றாக விடிந்தபோது பஸ் ஸ்ரீவில்லிபுத்தூர் சென்று சேர்ந்தது. கண்ணனைக் காதலித்த ஆண்டாள் நாச்சியார் அவதரித்த திருநிலம் இதுவென்று, மனம் ஆர்ப்பரித்தது. தமிழக அரசின் முத்திரையில் காணப்படும் கோபுரம் என்பதும் நினைவில் எழுந்தது.

பஸ்லில் இருந்து இறங்கும் முன்பே, நம்மை வரவேற்றார் தம்பி அர்ஜுனன்.

‘சார், நான் இங்க இருக்கேன்!’ என்றவர், தோள்பையை வாங்கிக்கொண்டு, முன்னே நடந்தார்.

‘மாப்ளை, எல்லாம் சொல்லிட்டாப்ல. முதல்ல ரூமுக்குப் போவோம். குளிச்சு முடிச்சு புறப்படலாம். சரியான நாள்லதான் வந்திருக்கீங்க’ என்றார்.

லாட்ஜுக்குள் நுழைந்தோம்.

‘ஒண்ணும் அவசரமில்ல. இங்கேர்ந்து தாணிப்பாறைக்கு காலைல ஆறு மணிக்கு ஒரு பஸ். பிறகு மாலை 4.15-க்கு ஒரு பஸ். அவ்வளவுதான். அதனால, வத்ராப் போய்ருவோம். அங்கேர்ந்து மினி பஸ் ஓடுது. தாணிப் பாறைக்கு அதுல போயிரலாம். நிதானமா குளிச்சுக் கிளம்புங்க.’

அர்ஜுனன் சொன்னபடி, பொறுமையாகவே குளித்து உடை மாற்றிக் கொண்டு கிளம்பினோம்.

‘சதுரகிரின்னு சொல்றோமே தவிர, திருவனந்தபுரத்துல இருந்து நீலகிரி வரைக்கும் கொஞ்சம் விட்டுவிட்டு அமைஞ்ச மலைத் தொடர் இது. என்னென்ன மூலிகை உண்டோ, அதெல்லாம் இதுல உண்ட. அதை என்னிக்குப் பறிக்கணும்னு கணக்கு இருக்கு. பாத்தா உடனே பறிச்சுரக் கூடாது. அதுக்கு சாப நீக்கம் செய்யணும். மந்திரம் சொல்லி, நேரம் பாத்து பறிக்கணும்.

அந்த மந்திரம்கூட எனக்குத் தெரியும். ஆனா, என்ன மூலிகை அது எதுக்காவும்னு தெரிஞ்சால்ல பயன்படுத்த முடியும்?’

அர்ஜுனடன் சொல்லிக்கொண்டே வந்தார். பஸ் ஸ்டாண்டை எட்டினோம்.

‘வத்ராப்’ என்ற போர்டுடன் வந்த பஸ்ஸை நிறுத்தி ஏறினோம். ‘வத்தி ராயிருப்பு’ என்பது வத்ராப் என்று எழுத்திலும் உருமாற்றம் பெற்றுவிட்டது என்பது புரிந்தது. கடந்த முறை, வத்திராயிருப்பு என்ற போர்டைக் காணாமல் மூன்று பேருந்துகளை விட்டு நின்ற அசட்டுத்தனமும் நினைவுக்கு வந்தது.

‘இங்கேர்ந்து அரைமணி நேரம் வத்ராப்பு. அங்கேர்ந்து அரைமணில தாணிப் பாறை, அவ்வளவுதான்!’ சுலபமாகச் சொன்னார் அர்ஜுனன். ஆனால் மலையில் ஏறும்போது, அப்படி நினைக்க முடியவில்லை. ஆனாலும் - பயணவழி, கண்களுக்கும் மனதுக்கும் கிடைத்த விருந்தாக, விரிந்து கிடந்தது இயற்கை.

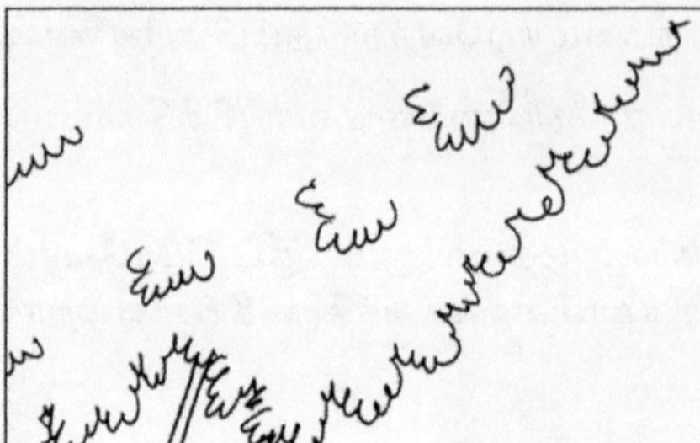

2
சாபச் செடிகள்

வத்தராயிருப்பு ஒரு சிற்றூர். இப்போது செல்போன் ரீசார்ஜ் கார்டுகள் வரை விற்பனை எட்டிவிட்டது என்பதாதல் ஓரளவு அடிப்படைக் கட்டமைப்பு உள்ள ஊர் என்று புரிகிறது. இங்கிருந்து சதுரகிரியின் அடிவாரமான தாணிப் பாறைக்கு, மினி பஸ் போக்குவரத்து இருக்கிறது.

வத்தராயிருப்பில் சுமார் அரைமணி நேரம் காத்திருந்தோம்.

சூடம், ஊதுவத்தி, பூ, குங்குமம், விபூதி என்று வாங்கிக்கொண்ட அர்ஜுனன்.

'சார், நான் பிரம்மபத்ரம் போடுவேன். உங்களுக்கும் வாங்கட்டுமா?' என்றார். அவர் சொல்வது என்னவென்று உடனே புரியவில்லை.

அதைக் கவனித்தாலோ என்னவோ, அவரே சொன்னார்.

'பிரம்ம பத்ரம்னா புகையிலை. 'புகை'யில் இருந்து வெளிப்பட்டது. அதே மாதிரி, கோரக்கர் மூலிகைன்னா - கஞ்சா.'

16

சொல்லிவிட்டு, அதன் தொடர்பான கதையையும் விவரித்தார். உண்மையிலேயே சுவாரஸ்யமான விஷயம்தான் அது!

சித்த புருஷர்களான பிரம்ம முனிவரும் கோரக்க நாதரும் ஒரு வேள்வி செய்து கொண்டிருந்தார்கள். இறந்தவர்களை உயிருடன் எழுப்புவதற்கான வேள்வி அது. ஆற்றல்மிக்க சித்தர்கள் நிகழ்த்திய அந்த வேள்விக்கு, அஷ்டதிக் பாலகர்களான எமன், வருணன், அக்னி, குபேரன் உள்பட எல்லோருமே கூடியிருந்தனர்.

அதேசமயம், இந்த வேள்வியின் நோக்கம் என்ன என்று அறிய, சிவபிரானை நோக்கிச் சென்றனர் பலர். அவர்களைக் கண்ட சிவன் சொன்னார்.

'முனிவர்களின் நோக்கத்தை முழுமையாக நிறைவேற்ற முடியாது. ஆனாலும் ஓரளவுக்கு நிறைவேறும்!' என்றவர், உமையவளைப் பார்த்தார்.

'தேவி! நிறைவேற்ற முடியாத கோரிக்கையைக் கேட்டாலும், வேள்வியை நிறைவாகத்தான் அவர்கள் செய்திருக்கிறார்கள். எனவே, அவர்களுக்கு அருள்பாவிப்போம்!' என்று சொன்னார்.

உடனே பார்வதி, தன் அருகில் இருந்த இரு பெண்களை அழைத்தாள். மருள்மாயை, இருள்மாயை என்ற பெயர் கொண்ட அந்த இரு பெண்களும், பேரழகு கொண்டவர்கள், வசீகரமான தோற்றம் உடையவர்கள்.

'நீங்கள் இருவரும் வேள்வியில் இருந்து வெளிப்படுங்கள். கற்ப மூலிகைகளாக மாறுங்கள். சித்தர்களை வழிப்படுத்துங்கள்' என்றாள் உமையவள். அவர்களும் புறப்பட்டார்கள்.

புகையின்றி ஜொலிக்கிறது வேள்வித் தீ. அனைவரும் அந்த வேள்வித் தீயையே உற்றுநோக்கிக் கொண்டு இருக்கிறார்கள். பார்வதியுடன் கூடியவ ராக பரமன் வெளிப்படப் போகிறார். வேண்டும் வரத்தை தங்களுக்கு அளிக்கப் போகிறார் என்று சித்தர்கள் எதிர்பார்த்துக்கொண்டிருந்தார்கள்.

அப்போது, அந்த வேள்வித் தீயில் இருந்து வெளிப்பட்டனர் இரு பெண்கள்!

என்ன ஒரு பேரழகு?! அவர்களைப் பார்த்த கண்கள் இமைக்க வில்லை; இதயங்கள் துடிக்க மறந்தன; அறிவு மயங்கி நின்றது. கூடியிருந்த பெருங் கூட்டம் தன்னை மறந்து, அந்தப் பேரழகில் சொக்கிப்போயிருந்தது.

புலனடக்கம் பெற்ற ரிஷிகளும் அஷ்டதிக் பாலகர்களுமே மயங்கினார்கள் என்றால், மற்றவர்களைப் பற்றி என்ன சொல்வது? பிரம்ம முனிவருக்கும் கோரக்க ரிஷிக்கும் குழப்பம் எழுந்தது.

இந்த வேள்வி செய்யப்படும் நோக்கம் வேறல்லவா? இந்த அழகிகள் எப்படி வெளிப்பட்டார்கள்? ஏன் வெளிப்பட்டார்கள், மன அடக்கம் மிகுந்த ரிஷிகளே மயங்கிவிட்டார்கள் என்றால், மற்றவர்கள் கதி என்ன?

சித்தர்களின் மன ஓட்டத்தைப் புரிந்துகொண்டார்கள் நெருப்பில் வெளிப்பட்ட நங்கையர் இருவரும்!

'மகாபுருஷர்களே! நாங்கள் தேவலோகப் பெண்கள். உங்கள் வேள்வியால் மிகவும் மகிழ்ந்தோம். உங்களை மகிழ்விக்கவே வந்தோம்!' என்றார்கள்.

அதைக் கேட்ட அக்னி பகவானும் வருண பகவானும் பெரிதும் மகிழ்ந்தனர். அவர்களின் அழகால் இன்னும் மோகமடைந்தனர். 'இப்படி ஒரு அழகை, தேவலோகத்தில் நாம் இதுவரை பார்த்ததே இல்லையே!' என்று வியந்தனர்.

பிரம்மமுனியும் கோரக்கரும் இதைக் கவனித்தனர். இந்த அழகு மற்றவர்கள் மதியையும் கெடுக்கும் முன்பு, அழகிகளைச் சபித்துவிடுவது என்று முடிவு செய்தனர். அதுவும், அந்தப் பெண்களுக்குப் புரிந்தது.

'எங்களைச் சபிக்க வேண்டும் என்று தாங்கள் நினைப்பது புரிகிறது. தயவு செய்து அந்த சாபத்தால், எங்களுக்கு மேன்மை கிடைக்கச் செய்யுங்கள்' என்றனர் அந்தப் பெண்கள்.

அக்னியும் வருணனும் பதறினர்.

'என்ன சாபமா? இந்தப் பேரழிகளைச் சபிக்கப் போகிறீர்களா? வேண்டாம்!' என்று மன்றாடினர்.

'நாங்கள் இருவரும், அவர்கள் இருவரையும் விரும்புகிறோம். அதற்காக வாவது சபிக்காதீர்கள்!' என்று கெஞ்சினர்.

'நீங்கள் எதிர்பார்த்தபடி வேள்வியின் பயன் கிடைக்கவில்லை என்ற கோபத்தால் சபிக்கத்தான் போகிறீர்கள் என்றால், நாங்களும் அவர்களும் இறுதி வரை சேர்ந்தே இருக்கும்படியாக சபியுங்கள்!' என்றும் வேண்டினர்.

'உங்கள் விருப்பப்படியே ஆகட்டும்!' என்றார்கள் சித்த புருஷர்கள்.

மருள்மாயை கையைப் பற்றினார் கோரக்கர். இருள்மாயை கரத்தைப் பற்றினார் பிரம்மமுனி.

கமண்டலத்தில் இருந்த நீரை எடுத்து அழகிகள் மேல் தெளித்து சபித்தார்கள் சித்தர்கள். சிறிது நேரத்துக்குள்ளாகவே இரு பெண்களும் இரு செடிகளாக மாறினர்.

பிரம்மமுனியின் கையில் இருந்த செடி, பிரம்மபத்ரம் என பெயர்பெற்றது. வேள்விப் புகையிலிருந்த வெளிப்பட்டதால், புகையிலை என்றும் பெயர் பெற்றது. கோரக்கர் கையிலிருந்த செடி, கோரக்கர் மூலிகை என்று பெயர் கொண்டது. உட்கொள்பவர்களை மகிழ்விக்கும் தன்மையால், கஞ்சா என்றும் அழைக்கப்பட்டது.

சித்தர்கள் சொன்னபடியே, நெருப்பும் (அக்னி) நீரும் (வருணன்) இந்தப் பத்திரங்களை உபயோகிப்பவர்களுக்கு துணையாக மாறின.

நடைமுறையில் இது புரிந்துகொள்ளப்பட்டாலும், நண்பர் அர்ஜுனன் சொன்ன செய்தி மிகவும் சுவாரஸ்யமாகத்தான் இருந்தது. 'இன்றும்

18

கோரக்கநாதர் வர்க்கத்தைச் சார்ந்தவர்கள் கஞ்சாவையும், பிரம்மமுனி வர்க்கத்தார் புகையிலையையும் கல்ப மூலிகைகளாகப் பயன்படுத்தி வருகிறார்கள்' என்றார் அர்ஜுனன்.

'உருவு கண்டு எள்ளாமை வேண்டும்' என்று படித்தது நினைவுக்கு வந்தது. அர்ஜுனனின் தோற்றத்தைப் பார்த்து மதிப்பிட்டால் யாரும் ஏமாந்து போவார்கள் என்பது தெளிவாகப் புரிந்தது.

'என்ன சார், மலைச்சுப் போன மாதிரி நிக்கிறீங்க! அதோ மினி பஸ் வருது. வாங்க சீக்கிரம்!' - அர்ஜுனனின் அழைப்பு அவசரப்படுத்தியது. மினி பஸ்சில் ஏறினோம்.

'சார்! இந்த வட்டாரத்துல விவசாயம்தான் பிரதானம். நெல்லுதான் அதிகம். அப்புறம் தென்னை. ஆனா, தொழில்னு பாத்தீங்கன்னா, பெரிசா ஒண்ணும் இல்லை, ஆனால், விவசாயத்துக்கு அறுப்புக்கு ஆள் இல்ல; கிடைச்சாலும் கூலி அதிகமாயிடுச்சு. அதனால, பெரும்பாலும் மிஷின் அறுவடைதான்.

பக்கத்துலதான் சிவகாசி. அதனால, ஆளுங்க அங்க வேலைக்குப் போயிடுறாங்க. அங்கேர்ந்து கம்பெனி வண்டி வந்து காலைல கூட்டிட்டுப் போகும்; பொழுது சாய கொண்டாந்து விட்டுரும்!'

அர்ஜுனன் சொல்லிக்கொண்டே வந்தார்.

பேருந்தைவிடச் சற்று அகலமான ஒரு சாலை. நிறைய வளைவுகள். சாலையின் இருபுறமும் பசேலென்று சிரிக்கிறது வயல்வெளி. ஒன்றரை அடி உயரத்தில் எழுந்து தலையசைக்கின்றன பயிர்கள். ஓரங்களில் வேம்பு, வாழை, தென்னை மற்றும் நுணா மரங்கள்.

வெயில் தாக்காமல், சிலீரிடுகிறது காற்று, சுற்றிலும் மலைகள், அவற்றின் முகடுகளில் இருந்து புகையாகக் கரைந்து கொண்டிருக்கிறது பனி.

அர்ஜுனன் சொன்னார்.

'இந்தப் பக்கமா இன்னொரு பாதை ஒண்ணு வரப்போறதா, பல வருஷமா சொல்லிட்டிருக்காங்க. அது வந்துச்சுன்னா, இந்த ஏரியா இன்னும்வளரும்.'

பசுமையான வயல்வெளிகளும் தோப்புகளும் மலைச் சூழலும், பயணத்தை மேலும் அழகுபடுத்தின. இயற்கையின் சுவாசப்பை மாசுபடாத பகுதிகளில் ஒன்றாகத் தென்படுகிறது இந்தப் பாதை.

வழியில் குடிநீர் கொண்டு செல்லும் பைப்லைன் உடைந்து, தண்ணீர் வெள்ள மாகப் பாய்ந்துகொண்டிருக்கிறத. தென்னந்தோப்புகள் ஆசுவாசப்படுகின்றன.

மிகப்பெரிய பொட்டல் வெளியில் சென்று நிற்கிறது பஸ்.

'தாணிப்பாறை இறக்குங்க!'

எல்லாரும் இறங்கிக்கொண்டோம்.

கூடை நிறைய கொய்யாப்பழம் வைத்தபடி அமர்ந்திருந்தார் ஒருவர். சிகரெட், பீடி, டீ என்று எல்லாமே அங்கே கிடைக்கிறது. இரண்டு கைகளாலும் மூடிப் பிடிக்கும் அளவை விட, பெரிதாக இருந்தன கொய்யாப்பழங்கள். நாலு கொய்யாப்பழங்கள், இரண்டு பாக்கெட் பிஸ்கட் என்று வாங்கிக்கொண்டோம்.

'சட்டைய வேணா களட்டிகிடுங்க. மேல ஏற ஏற வேத்துக்கொட்டும். அதில்லாம, மூலிகைக் காத்து உடல்ல படணுமில்ல. அதுக்காகச் சொன்னேன்!' என்றார் அர்ஜுனன்.

இங்கிருந்து சுமார் 14 கி.மீ. தூரம் நடக்க வேண்டும். படிகள் இல்லாத முண்டும் முடிச்சுமான மலைப்பாதை. பாறைகள் பொடிந்து சரளைகளாக மாறிக் கிடக்கின்றன. மக்கள் கூட்டம் நடந்து நடந்தே உருவான பாதை.

ஒன்பது ஆண்டுகளுக்கு முன் ஆடி அமாவாசைக்கு வந்த ஞாபகம் மின்னலிட்டது. அப்போது, பஸ் இவ்வளவு தூரம் கூட வரவில்லை. இன்னும் அரை கி.மீ. முன்னதாகவே நிறுத்திவிட்டார்கள். காரணம், மக்கள் வெள்ளம் அவ்வளவு!

'மூலிகை வனம்' என்ற வளைவைக் கடந்து உள்ளே நுழைந்தோம். வனத்துறையின் பாதுகாப்பில், பராமரிப்பில் உள்ள பகுதி!

'வந்தோமா, மகாலிங்கத்தைப் பாத்தோமா, மலைய சுத்திப் பாத்தோமான்னு இருந்துட்டு திரும்பிடணும். அது இல்லாம, மலையில போய் நரிப்பல்லை எடுக்கறேன்; யானை முடி எடுக்கறேன்னு ஆபத்தை உண்டாக்கிக்கக் கூடாது. ரெண்டு வகையில ஆபத்து. ஒண்ணு மிருகத்தால்; ரெண்டாவது பாரஸ்ட் காரங்க புடிச்சுட்டா அடி பின்னிடுவாங்க. அதனால, வந்த வேலையை மட்டும் பாத்துட்டு போய்டணும்!'

- அர்ஜுனனின் குரலில், அழுத்தமும் எச்சரிக்கையும் கலந்து ஒலித்தன. மெல்ல நடக்க ஆரம்பித்தோம்.

கால வெள்ளத்தால், பாறைகள் உருண்டும் உடைந்தும் பொடிந்தும் போயிருக்கின்றன. சிறியதும் பெரியதுமாக மண்ணில் புதைந்திருக்கின்றன. கவனமாகப் பார்த்து நடக்காவிட்டால், விரல்கள் வீங்கிப் போகும்.

கொஞ்சதூரம் பயணித்தவுடனேயே, மலைச்சூழல் அரவணைக்கிறது. கீச்சிட்டுத் தாவும் சிங்கவால் குரங்குகள் மரங்களின் முடிச்சில் அமர்ந்தபடி உற்றுப்பார்க்கின்றன. காட்டுக் கோழிகளின் குரல் கேட்டுக்கொண்டே இருக்கிறது. சலசலத்து ஓடும் நீரின் ஒலி இன்னொருபுறம் வழிகிறது.

போகும் பாதையிலேயே விநாயகர் கோயில், காளி கோயில், பேச்சியம்மன் கோயில் என்று தரிசித்துக்கொண்டு நடக்கிறோம். செல்லச் செல்ல, பாதை சற்றே கடுமையாகிறது, படிகள் இல்லாத காரணத்தால், ஆங்காங்கே முண்டும் முடிச்சுமாக முகம் காட்டும் பாறைகளைக் கவனித்து நடக்க வேண்டியிருக்கிறது.

சுந்தர மகாலிங்கம் (சாய்ந்த நிலையில் இருப்பது இதன் சிறப்பு)

மழைநீர் ஓடியதால் சேர்ந்த மண், காய்ந்து மணலாகியிருக் கிறது. அழுத்தமாக காலை ஊன்றி நடக்காவிட்டால், சரிந்து விடக் கூடும். அமைக்கப்பட்ட பாதையாக இருந்தால், படிகளின் உயரம் என்று ஒரு நிர்ணயம் இருக்கும். அப்படியில்லாமல போனதால், சில இடங்களில் முழங்கால் உயரத்துக்கு காலைத் தூக்கி ஏறவேண்டும்.

காற்று இதமாகத்தான் வீசுகிறது. மரங்கள் இருபுறமும் வெயிலை மறைத்துத் தான் நிற்கின்றன. ஆனாலும் வியர்க்கத்தான் செய்கிறது. சட்டையைக் கழற்றி விட்டு பனியனோடு நடந்தோம். அர்ஜுனன், பனியனையும் கழற்றி தோளில் போட்டுக்கொண்டார்.

'இப்படி மலை ஏறி இறங்கினா, உடம்புல இருக்கிற துர்நீர் எல்லாம் வியர்வையாகி வடியும், உப்பாவது, சர்க்கரையாவது? எதுவும் கிட்டத்துல வராது. கால் வலிக்க மலை ஏறினா, டாக்டர்கிட்ட காசு கொடுக்க வேணாம்!' என்றார் அர்ஜுனன் சிரித்தபடி.

முன்னால் சென்றுகொண்டிருந்த பெரியவர் நின்றார். திரும்பிப் பார்த்து விட்டு சொன்னார்.

'சரியாச் சொன்னீங்க தம்பி! எனக்கு என்ன வயசிருக்கும்னு நெனைக்கிறீங்க?'

'ம். 55 வயசிருக்கும்' என்றார் அர்ஜுனன்.

'அதான் இல்ல! வர்ற கார்த்திகைக்கு எழுபது ஆகப் போகுது. நம்ப முடியல இல்ல. முப்பத்திரெண்டு வருஷமா, இந்த மகாலிங்கத்தைப் பாத்துட்டு வரேன். இன்னிக்கு வரை நல்லாத்தான் இருக்கேன். கண்ணாடி போடலை; நான் டாக்டர்கிட்ட மருத்துவம்னு போய் வெகுகாலம் ஆச்சு.

என் புள்ளைகளுக்கு தலைவலி, காய்ச்சல்னு போறாங்க; பேரப் புள்ளைகளை கூட்டிட்டுப் போறாங்க. நான் போனதில்ல. காரணம் என்ன தெரியுங்களா?'

எங்களின் மௌனத்தைப் பார்த்துவிட்டு அவரே பேசினார்.

'சாப்பாடும் தூக்கமும்தான். அரைவயிறு சாப்பாடு, கால் வயிறு தண்ணி, கால் வயிறு காலி - இதுதான் சாப்பிடற முறை. புடிச்சா வெச்சு திணிக்கிறது; புடிக்கலைன்னா மொத்தமா பட்டினி போடறது. ரெண்டும் தப்பு. புடிச்சது, புடிக்கலை ரெண்டுக்குமே ஒரே அளவு. ராத்திரியில கால்வயிறுதான் சாப்பிடணும். அப்படி செஞ்சு பாருங்க. வைத்தியரெல்லாம் தேவையே இல்லை! இதைத் தவிர, நான் உடற்பயிற்சின்னு எதுவுமே செய்யறதில்ல!'

உண்மைதான்.

பெரியவரை, மிஞ்சி மிஞ்சிப் போனால் அறுபது வயதுக்கு மேல் மதிப்பிட முடியாது. ஆங்காங்கே நரை ஓடியிருந்தது. அவ்வளவுதான். நடையிலும் பேச்சிலும் தளர்ச்சி ஏதும் இல்லை. தோலிலும் பெரிதான சுருக்கங்கள் இல்லை.

மலையேறி இறங்குவதம் உணவுக் கட்டுப்பாடும் அவரைக் காப்பாற்றி யிருக்கின்றன என்பது புலப்பட்டது. வயிறு உள்ளடங்கி இருந்தது. துடிப்பான சாட்டைபோல இருந்தார் அவர். பேசிக்கொண்டேநடந்தோம்.

'சரி தம்பி. கோரக்கர் குகை வந்தாச்சு. நீங்க போய் பாத்துட்டு வாங்க. நாங்க இங்க இருக்கோம்' - சொன்னவாறே பாறைத்திண்டில் அமர்ந்தார்.

அருவிநீர் பாயும் ஆற்றுப்பரப்பில், பெரும்பாறைக்குக் கீழ் இருக்கிறது கோரக்கர் குகை.

3
சங்கை முழக்கிய
சாமியம்மா!

ஒரு சிறிய ஆற்றுப்பரப்பின் ஓரம், பெரும் பாறையின் கீழ் இருக்கிறது சித்தர் கோரக்கர் தவம் செய்த இடம்!

மேலிருந்து வழியும் அருவிநீர் மழைக் காலத்தில் எவ்வளவு தூரம் பெருகி ஓடும் என்பதை, அந்தச் சிற்றாறின் கரையோரப் பாறையின் கோடுகள் உணர்த்துகின்றன. கீழ்நோக்கும் சரிவுப் பாதையில், கவனமாகப் பார்த்து இறங்கினோம்.

ஆற்றின் நடுவில் இல்லாமல், இரண்டு ஓரங் களிலும் ஓடிக் கொண்டிருந்தது நீர். நீரைக் கடந்து, கோரக்கரின் குகைப் பகுதியை நோக்கினோம்.

பிரம்மாண்டமான பாறையின்கீழே சிறியதான சிறு பாறை மற்றும் முண்டுகளாலான ஒரு இடைவெளிதான் கோரக்கர் தவமிருந்த இடம். மெல்ல அதை நெருங்கினோம். நெருங்கிய பிறகுதான் தெரிந்தது -

உட்கார்ந்தாலும் கழுத்தை வளைத்தபடிதான் உட்கார வேண்டும்! ஒரு அடி வெளியில்

அமர்ந்தால், நேராக உட்காரலாம். எவ்வளவு பேர் அந்தப் பாதையில் நடந்தாலும் அந்தப் பாறை மீதே ஏறி நின்றாலும், கீழே இருப்பவரைக் காண முடியாது.

அவ்வளவு குறுகலான இடம். குகையை நெருங்கியவுடன், அங்கே ஒரு பெண்மணி இருப்பது தெரிந்தது. சுமார் ஐம்பத் தைந்து வயதிருக்கலாம். நெற்றியில் திருநீறும், குங்குமமும் தரித்திருந்தார். கண்கள் அசாத்தியமாக ஒளிர்ந்தன. முகத்தில் விவரிக்கமுடியாத களை இருந்தது.

நம்மைப் பார்த்த பார்வையே, என்ன என்பதுபோல் இருந்தது. பயணத்தின் நோக்கத்தைச் சொன்னோம். கண்களை மூடிக் கொண்டு, 'ம்' என்பது போலத் தலையசைத்தார்கள். எதுவும் பேசாமல் மௌனித்தார்கள்.

அதனுள்ளே முழங்காலிட்டு அமர்ந்தால் தலை இடிக்கும் உயரம்தான் அந்தக் குகை. போகப் போக அதன் உயரம் இன்னும் குறுகியது. அதனால், உட்புறம் இருளாக இருந்தது. அதன் முனைப்பகுதியில், ஒரு ஜான் அளவை விட சற்று உயரமான லிங்கம். அதனைச் சுற்றி சுமார் பனிரெண்டுக்கும் மேற்பட்ட தீபங்கள் ஏற்றப்பட்டு சுடர்விட்டன.

அதனருகே, நீண்ட திரிசூலம் ஒன்று சார்த்தப்பட்டிருந்தது. அந்தப் பெண்மணி, மீண்டும் கண்களைத் திறந்தார். கற்பூரத்தை ஏற்றி ஆரத்தி காட்டினார். திருநீற்றை எடுத்து நம் நெற்றியில் பூசி, புருவ மத்தியில் விரல் வைத்து ஜபித்தார்.

'நல்ல விஷயத்துக்காக வந்திருக்க. இங்க எவ்வளவோ அதிசயம் இருக்கு. ஒண்ணு சொல்றேன். சிவனுக்குப் பின்னால எட்டிப்பாரு!' என்றார்.

கேட்டவுடனேயே மனம் நடுங்கியது.

கிட்டத்தட்ட படுத்த நிலையில்தான் நகர்ந்து எட்டிப் பார்க்க வேண்டும். தவிர, விளக்குகள் வேறு சுடர்விட்டுக் கொண்டிருந்தன. கவனமாக ஊர்ந்து எட்டிப் பார்த்தோம்.

கடினமான அந்த பாறைப் பரப்பில் மண் குவிந்திருந்தது. அதில், ஒரு பாம்பு படுத்தக் கிடந்ததற்கான தடம் மிகத் துல்லியமாகத் தெரிந்தது. அந்த அழுத்தமும் அளவும் பார்த்தால், எப்படியும் பத்தடி நீளம் இருக்கலாம் என்றும் புரிந்தது.

'பாத்தியா! என்ன கனம் இருக்கும்னு நினைக்கிற?' என்றவர், இரு கைகளையும் சேர்த்து ஒரு வளையம் பிடித்துக் காட்டினார். 'அவரு பாட்டுக்கு வந்தாரு. படுத்துட்டு போய்ட்டாரு' என்று சகஜமாகச் சொன்னார்.

'இங்க பாக்கவும் தெரிஞ்சுக்கவும் நிறைய இருக்கு. இப்ப கொஞ்ச நாளா, இங்க இருக்கச் சொன்னாங்க. இருந்தேன். வேறொரு கடமை இருக்கு. அதுக்காக ஒரு மாசம் வெளியில போகப் போறேன். மறுபடியும் இங்க வருவேன்!' என்றார்.

'நீ மேல போய் எல்லார்கிட்டயும் பேசு. ஆனா, எழுதப் போறேன்னு சொல்லிராத, நிறைய விஷயம் சொல்லுவாங்க. அதுல நாலும்

கலந்திருக்கும். அப்படியெல்லாம் எழுதக் கூடாது. நீ பார்த்ததை, நீ உணர்ந்ததை மட்டும் எழுது!' என்று அழுத்தமாகச் சொன்னார்.

'உங்க பேர் என்ன? நீங்க யாரு? உங்க ஊர் எது?' என்று கேட்டவுடன், 'அது எதுக்கு? அதையெல்லாம் தெரிஞ்சுகிட்டு ஆகப்போறது என்ன? மகாலிங் கத்தைத் தெரிஞ்சுக்க. அது போதும்!' என்று மென்மையாக மறுத்தார்.

மூன்று கற்களை அடுப்பாக அமைத்து சுள்ளிகளைப் பற்ற வைத்து சமைத் திருந்தார். பாத்திரத்தில் இருந்த சோற்றை எடுத்தவுடன், குட்டிகளோடும் தனியாகவும் ஏகமாக வந்தன குரங்குகள்.

அவர் கைகளில் இருந்தே உணவைப் பெற்றுக்கொண்டு ஓடின. தள்ளி அமர்ந்து சாப்பிட்டன. எங்கிருந்தோ நாய் ஒன்று ஓடிவந்தது. அதற்கும், சோற்றை அள்ளிக்கொடுத்தார்.

'இதுதான், எனக்கு சொல்லப்பட்ட விஷயம். இதை செஞ்சுகிட்டு இருக்கேன்!' என்றார். புன்னகையுடன் புறப்படத் தயாரானோம்.

'இரு இரு. நானும் புறப்படப் போறேன். இன்னொரு அதிசயத்தையும் பாத்துட்டுப் போ!' என்றபடி, சூலத்தை ஏந்திக் கொண்டார். சங்கை எடுத்து ஊதினார். என்ன ஆச்சரியம். சங்கின் முழக்கத்துக்கு ஏற்ப, நாயும் முழங்கியது.

திசைக்கு ஒன்றாக நான்கு முறையும் வானை நோக்கி ஒரு முறையுமாக ஐந்து முறை சங்கை ஊதினார்; அதேபோல் ஒலியெழுப்பியது அந்த நாய்!

'என் பேர் சொல்லலேன்னு நினைக்காதே. சாமியம்மான்னு சொல்லிக்க!' என்று புன்னகையுடன் விடை கொடுத்தார்.

சுமார் முப்பது நிமிடங்களுக்கு மேல் ஆகிவிட்டது. அர்ஜுனனும் பெரியவரும் காத்துக்கொண்டிருந்தார்கள்.

சாமியம்மா சொன்ன விஷயங்களைப் பேசிக்கொண்டே மேலும் நடந்தோம். நாய் முழங்கியதைப் பற்றிச் சொன்னதும், பெரியவர் பேச ஆரம்பித்தார்.

'நானும் கேட்டேன் தம்பி. சாதாரணமா நாய் ஊளையிடறது அபசகுனம் மாதிரிதான் கேக்கும். ஆனா, இப்ப கேட்ட சத்தம் ரொம்ப கம்பீரமா இருந்துச்சு. வீணைக்கு தம்புரா புடிச்ச மாதிரி இருந்துச்சு. இதைக் கேட்டவுடனே, பூனை வேதம் சொல்லுச்சுன்னு எங்க அப்பாரு சொன்னதும் உண்மையாத்தான் இருக்கணும்னு தோணுது!' - அவர் தொடரும்முன், அர்ஜுனன் இடைமறித்தார்.

'என்னங்க இது! பூனை எப்படிங்க வேதம் சொல்லும்? ஆச்சரியமால்ல இருக்கு!'

'சித்தர்கள் சம்பந்தப்பட்ட விஷயத்துல, ஆச்சரியத்துக்கு என்ன குறை சொல்லுங்க? இவ்வளவு வயசானப்புறம்தான் எனக்கு நம்பிக்கை

வருதுன்னா, உங்களுக்கு சந்தேகம் வரதுல எந்தத் தப்புமில்ல!' என்ற பெரியவர், அந்த கதையைச் சொன்னார்.

பொதிகை மலைச் சாரலில் ஆசிரமம் அமைத்துத் தங்கி யிருந்தார் போகர். ஒருநாள் உணவு தயாரித்து உண்டபிறகு, கடுமையான தாகம் ஏற்பட்டது அவருக்கு.

எனவே, அருகில் இருந்த குடியிருப்புப் பகுதியை அடைந்து குடிக்க தண்ணீர் கேட்டார். அது பிராமணர்கள் வசிப்பிடம்.

அங்கே ஒரு வீட்டின் வெளிப்புறத்தில பிராமணர்கள் கூடி அமர்ந்து ஸ்வர சுத்தமாக வேதத்தை ஓதிக் கொண்டிருந்தார்கள். அவர்களை அணுகிய போகர், 'தாகமா இருக்கு. குடிக்க தண்ணீர் வேணும்' என்று கேட்டார். அனைவரும் திரும்பினார்கள்.

போகரின் தோற்றத்தைக் கண்டு அவர்கள் முகம் சுளித்தார்கள். அருவெறுத்தார்கள்.

'யார்ரா நீ? விலகிப் போடா. நாத்தம் தாங்கமுடியல. தண்ணி கேக்க வந்துட்டான்!' என்று விரட்டினார்கள்.

விட்ட இடத்தில் இருந்து, வேதத்தை தொடர்ந்து ஓத ஆரம்பித்தார்கள்.

அதைப் பார்த்த போகர், ஏதோ ஒன்றைச் சிந்தித்தபடியே சற்று தூரம் நடந்தார்.

குறுக்கே ஓடிய பூனையைப் பிடித்தார். அதன் காதில் என்னவோ சொன்னார்.

மறுகணம், அந்தப் பூனை ஸ்வரசுத்தமாக வேதம் சொல்ல ஆரம்பித்தது.

விரட்டியவர்கள் வியந்து போனார்கள்.

வந்திருப்பவர் போகர் என்பது புரிந்தது. எல்லோருமாக அவர் முன் வந்து வணங்கினார்கள்.

தங்கள் வறுமையைச் சொல்லி வருந்தினார்கள். அதிலிருந்து காக்க வேண்டும் என்று கேட்டு கலங்கினார்கள்.

'வீட்டில் இருக்கும் உலோகப் பொருள்கள் அனைத்தையும் கொண்டு வாருங்கள்!' என்றார் போகர்.

உடனே, வீட்டில் இருக்கும் அண்டா, குண்டா, தவளை, டம்ளர், கடப்பாரை என்று ஈயம், பித்தளை, இரும்பு, செம்பு என்று எல்லா வகையான உலோகப் பொருள்களும் அங்கே குவிந்தன.

அவை அனைத்தையும் தங்கமாக்கிக் கொடுத்துவிட்டு, தன்னுடைய ஆசிரமத்துக்குத் திரும்பினார் போகர்.

வெகு சுவாரஸ்யமாக கதையைச் சொல்லி முடித்தார் பெரியவர் ராஜமாணிக்கம்ண்.

26

போகரின் நூல்களில் இதற்கான ஆதாரங்கள் இருந்திருக்கும் என்று நினைத்தபடியே, மேலும் நடந்தோம். ஏனெனில், போகர் பெயரில் ஏகப்பட்ட நூல்கள் காணப்படுகின்றன. ஜெனன சாகரம், அஷ்டாங்க சூத்திரம், பூஜாவிதி, நிகண்டு என்று பற்பல.

நடக்க, நடக்க பாதை வளர்வதைப் போலத் தோன்றியது. மூச்சுவாங்கத்தான் செய்கிறது.

'இதோ பாத்துக்கங்க. இதான் ரெட்டை லிங்கம். ராமதேவர் பூஜை பண்ண லிங்கம் இது. சிவன், விஷ்ணு ரெண்டு பேருமா காட்சி கொடுத்துட்டு, ரெண்டுபேருமே லிங்கமா மாறிட்டாங்க. சங்கரன்கோயில்ல சங்கர நாராயணனா நிக்காங்க இல்ல. இங்க, லிங்கமா இருக்காங்க!' என்றவர், அதற்கான காரணத்தையும் விவரித்தார்.

ஆனந்தசுந்தரம் பெரிய வியாபாரி. நிறைந்த செல்வம் கொண்டவர். சிவனே பரம்பொருள் என்ற உறுதிப்பாடு கொண்டவர். சிவனை வணங்காமல் சாப்பிடமாட்டார்.

அவ்வளவு ஆழ்ந்த பக்தி உடையவர்.

அவருடைய மனைவி ஆண்டாள். பெயருக்கு ஏற்றமாதிரி திருமாலிடம் ஆழ்ந்த பற்று கொண்டவள். 'சகலமம் விஷ்ணுவே' என்ற எண்ணம் கொண்டவள்.

உலகம் மதிக்கும் பொருள் எல்லாம் 'வெறும் பொருள்' என்பதில் ஒன்றுபட்ட சிந்தனைகொண்ட இருவரும், பரம்பொருள் எது என்பதில் வேறுபட்டனர். எனவே, அதற்கான தீர்வுக்காக 'சித்தகிரி'யான சதுரகிரிக்கு வந்தனர்; தவமிருந்தனர்.

அவர்கள் முன்னே சிவபிரான் தோன்றினார். வணிகனுக்கு அளவு கடந்த மகிழ்ச்சி.

'கயிலை நாதா! உமையாள் தேவா! முக்கண் முதல்வா!' என்று கொண்டாடினான்; துதித்தான்.

'எதற்காக தவம்?' என்றார் சிவன்.

'பரம்பொருள்னா, அது யார்? நீதான்னு நான் சொல்றேன்; இல்லேங்கிறா அவ! நீயே சொல்லிடு'ன்னான் வணிகன். இதுகுறித்து வணிகனின் மனைவியிடமே கேட்டார் சிவன்.

'நான் உன்னை நினைச்சு தவம் பண்ணலை. விஷ்ணுவை நெனச்சுதான் தவம்பண்ணேன்'னா அவ! 'அப்படியா'ன்னு கேட்ட சிவன் மறைஞ்சார். அதே இடத்துல, பீதாம்பரதாரியா சங்கு சக்கரத்தோட விஷ்ணு தோன்றினார். ஆண்டாள் அழுதாள். வாயாரத் துதித்து வணங்கினாள். தவத்துக்கான காரணத்தையும் சொன்னாள்.

விஷ்ணு சிரித்தார்.

அடிவாரத்தில் அருள்பாலிக்கும் தாணிப்பாறை கருப்பர்

'அடப் பைத்தியமே. நாங்க ரெண்டுபேருமே ஒண்ணுதான். வெவ்வேற வடிவங்கள்ல உங்க முன்னால வெளிப்படறோம். அதனால, வேறவேறன்னு நினைச்சு மனசைக் குழப்பிக்காதீங்க. இப்பப் பாருங்க!ன்னு சொல்லி, சங்கர நாராயணனாகக் காட்சி கொடுத்தார்கள்.

இருவருமே மனம் தெளிந்தார்கள். தங்கள் அறியாமையில் இருந்து விடுபட்டார்கள். காட்சி கொடுத்த இடத்திலேயே எழுந்தருள வேண்டும் என்று வேண்டினார்கள். அதனால், இரட்டை லிங்கமாக அங்கே காட்சி கொடுக்கிறார்கள் இருவரும்.

இந்த இரட்டை லிங்கத்தைத்தான், ராமதேவர் என்ற சித்தர் பெருமான் பூஜித்து வந்தார்.

அடர்த்தியான அந்த வனப்பகுதி பகல் இரண்டு மணிக்கே ஐந்துமணி போலத் தெரிந்தது. தவிர, லேசான மேகமூட்டமும் தென்பட்டது. மழை

28

வருவதற்குள் மேலேறிவிட வேண்டும் என்று சொல்லிக்கொண்டே நடந்தோம்.

அருவியின் சலசலப்பு ஒருபுறம்; பறவைகளின் வித்தியாசமான ஒலிகள் இன்னொருபுறம்; காற்றில் அசையும் மரங்களின் ஒலி வேறொரு புறம் என்று அற்புதமாக இருந்தது நடைபயணம்.

இரண்டாவது ஸ்டாப்புக்கு பஸ் ஏறிப் பயணித்தவர்கள் காரிலும் பைக்கிலும் சுற்றி, நடந்து பழக்கமில்லாதவர்கள், இந்த மலைப்பயணத்தில் துவண்டு போவார்கள். ஒருவேளை ரசித்து விட்டால், அதன்பிறகு நடப்பதன் சுகத்தை இழக்கவே மாட்டார்கள்.

நடையை நிறுத்தியது அர்ஜுனனின் குரல்.

'இந்தப் பழத்தை சாப்பிட்டுப் பாருங்க!' என்று நீட்டினார்.

கறுப்பாய் மணத்தக்காளி பழம்போல இருந்தது. அளவில் அதைவிட கொஞ்சம் பெரியது. சாப்பிட்டுப் பார்த்தோம். இலந்தைப்பழம் போன்ற சுவை இருந்தது.

'இதுக்கு அச்சம்பழம்னு பேரு. சர்க்கரையைக் கட்டுப்படுத்தற சக்தி இதுக்கு உண்டு!' என்றார் அர்ஜுனன்.

வியப்போடு, மீண்டும் அந்தப் பழத்தைப் பார்த்தோம்!

4

தங்கம் தயாரித்த சித்தர்!

நாட்டுப்புறம் என்று வழக்கில் கேலியாகச் சொல்கிறோம். ஆனால், அவர்களுக்குத் தெரிந்த நடைமுறைக்கு விஷயங்கள் பல நகர்ப்புறத்தில் வசிப்பவர்களுக்குத் தெரிவதில்லை. எதற்கெடுத்தாலும் டாக்டரைத் தேடி ஓடுகிறார்கள். கிராமவாசிகளோ தங்களுக்கு ஏற்படும் உடல் பாதிப்புகளுக்கு பெரும்பாலும் கைவைத்தியம் தான் செய்து கொள்கிறார்கள்.

‘நெதம் துளிரா, வேப்பிலையை உருட்டி மூணு உருண்டை காலையில சாப்டுட்டு வாங்க. உடம்புல ஒரு நோவும் வராது. காலையில எழுந்தரிச்சதும் நீராகாரம் குடிச்சிட்டு வந்தா, வயிறு எந்தத் தொல்லையும் பண்ணாது. இதெல்லாம் எங்க காலத்துல பழக்கமா இருந்துச்சு.

இப்ப இங்கிலீஷ் படிப்பு படிச்சதும், பழைய வழக்கம் எல்லாத்தையும் தப்புன்னு நினைக்கிறாக. வெளில என்ன சொல்றது? என் புள்ளைகளே அப்படித்தான் சொல்றாங்க!’

ராஜமாணிக்கம் சொல்லிக்கொண்டே நடந்தார். பாதை குறுகியும் விரிந்தும், நீண்டுகொண்டே சென்றது.

‘தம்பி, ரொம்ப ஓரமா நடக்காதீங்க! இங்கிட்டு சில செடிக இருக்கு. உடம்புல பட்டா, அங்கங்க தடிச்சுப் போயிரும். செந்தட்டின்னு கேட்டிருக் கீங்களா, அதைச் சேர்ந்த செடிங்க. விஷத்தும்பைன்னு பேரு இதுக்கு!’

எச்சரித்தபடியே முன்னால் நடந்தார், ராஜமாணிக்கம்.

நடந்து வந்துகொண்டிருந்த அர்ஜுனன், கீழே கிடந்த ஒரு குச்சியை எடுத்து பக்கத்தில் நின்ற மரத்தில் தட்டினார். தட்டிய வேகத்தில், தூள் போல ஏதோ விழுந்தது.

‘தம்பி, தள்ளி வாங்க! அவரு நெல்லிக்கா அடிக்காரு. பக்கத்துல இலந்தை இருக்கு. முள்ளு சிதறும். குத்தினா, சதையைப் பேத்துக்கிட்டுத்தான் வரும்!’ என்று கூப்பிட்டார்.

அதற்குள் நெல்லிக்காயோடு வந்தார் அர்ஜுனன்.

நெல்லிக்காய், சற்றே சிவந்த தன்மையுடன் காணப்பட்டது. அரை நெல்லிக்காய் அளவில் இருந்தாலும், அருமையாக இருந்தது. நாவறட்சி ஏற்பட்டிருந்த சமயத்தில், மிக இனிமையாகவே இருந்தது.

பாதையில் ஓர் ஓடை குறுக்கிட்டது.

பாறைமேல் ஏறி, அதோடு பிணைக்கப்பட்டிருந்த சங்கிலியைப் பற்றிக் கொண்டு மறுபுறம் இறங்கினோம். சரேலென்று ஏறிய மேட்டில் மேலே ஏறி நடந்தோம்.

கோரக்கர் குகையைப் பார்த்துவிட்டு திரும்பும்போது, ஆற்றின் நடுவில் தென்பட்ட பெரும்பள்ளம் நினைவுக்கு வந்தது. அதைப்பற்றிக் கேட்டவுடன், இருவருமே கடகடவென்று சிரித்தார்கள்.

‘என்ன முழிக்கிறீங்க? நீங்களா கேட்கணும்னுதான், இவ்ளோ நேரம் அதைப்பத்தி ஒண்ணுமே பேசலை. வத்ராப்புல ஒரு கதை சொன்னேன், நெனப்பிருக்கா? பிரம்மபத்ரம், கோரக்கர் மூலிகைன்னு?’ என்று ஆரம்பித்த அர்ஜுனன், புன்னகையுடன் தொடர்ந்தார்.

‘அவர், மூலிகையைக் கடைந்த குண்டான்தான் நீங்க பார்த்து. அதுல கடையணும்னு சொன்னா, எவ்ளோ பெரிய குழவி வேணும்? அதைத் தூக்கறதும் இறக்கறதும் விளையாட்டான வேலையா? அதைப் புடிச்சு இழுத்துக் கடையணும்னா, அது தனி மனுஷனால ஆகற வேலையா?

அர்ஜுனன் சொல்லும்போதே, நமக்கு திக்கென்றது. அவ்வளவு பெரிய பள்ளத்தில், கஞ்சாவைப் போட்டு அரைப்பதும் அதற்கு உரல் இழுப்பதும் சாத்தியமல்லதான். மனித முயற்சியால் ஆகக்கூடியதே அல்ல என்பது மட்டும் நிச்சயம்!

‘அது நிறைய கஞ்சா போட்டு கடைஞ்சா, காலம் முழுக்க கைல ஸ்டாக் இருக்கும்!’ என்று சொல்லிச் சிரித்தார் அர்ஜுனன்.

‘தப்பு, தப்பு! நம்ம ஆளுக மாதிரி கஞ்சாவை ஊதிட்டு, புத்தி கெட்டு அலையலை அவங்க. சிரிச்சிருக்கக் கூடாது. அதையும், உடலோட தன்மையை மெருகேத்துற ஒரு மூலிகையா பயன்படுத்தினாங்க. நம்ம மனுஷ புத்தி உடனே, நமக்குச் சமமா நினைச்சு ஏடாகூடமா செஞ்சுடுது!’

உடனே, மனம் மாறி வருத்தப்பட்டார்.

‘தம்பி, நீங்கன்னு இல்ல. தப்பான விஷயத்தைச் செய்யற யாருமே, உடனே பெரியவங்க செஞ்சதைச் சொல்லி நியாயம் பேசுவாங்க. உரைகல்லுல உரசினா, தங்கத்தோட தரம் தெரியும். செங்கல்லுல உரசினா என்ன தெரியும்? நீங்க, உடனே புரிஞ்சுக்கிட்டீங்க. எல்லோரும் அப்படி இருக்கறதில்ல!’ என்றார் ராஜமாணிக்கம்.

ஓடையின் குறுக்கே கிடந்த பாறைகளின்மீது, கால்களை வைத்து கவனமாக நடந்தோம். தூசு தும்பு இல்லாமல் பளீரென்றது நீர். எந்த ஃபில்டரும் அவசியப்படாமல், சுவையாக இருக்கிறது.

‘இதுதான், பிலாவடி கருப்பர் கோயில்!’ என்றார் அர்ஜுனன்.

அதாவது, பலாமரத்தின்கீழ் அமைந்த கருப்பர் சந்நிதி. குரங்குகளின் தொல்லை தாங்காமல், கம்பிக்கதவு போட்டிருக்கிறார்கள்.

‘இந்தக் கருப்பருக்கு, தனி பூஜை உண்டு. ரொம்ப சக்தியுள்ளவரு. ஐயா! இவரப்பத்தி கொஞ்சம் சொல்லுங்களேன்!’

- ராஜமாணிக்கத்தைத் தூண்டினார் அர்ஜுனன்.

மெல்ல நடந்துகொண்டே பேச ஆரம்பித்தார் ராஜமாணிக்கம்.

‘இந்த பிலாவடி கருப்பனைப் பத்திச் சொல்லணும்னா, ரசவாதத்தைப் பத்திச் சொல்லணும்; அதுக்கான தைலத்தைப் பத்திச் சொல்லணும்; அதை யாருக்காக, ஏன் பண்ணாங்கன்னு சொல்லணும்; செஞ்சது யார்னு சொல்லணும்!’ என்று இழுத்தார்.

இப்படியே கொஞ்சம் உக்காருவோம். இதோ பக்கத்துல வந்துட்டோம். மெதுவா போகலாம் என்று பாறைமீது அமர்ந்தார். நாங்களும் அமர்ந்தோம். ராஜமாணிக்கம் பேச ஆரம்பித்தார்.

‘அந்தக் கருப்பனோட கதைய கேக்கறதுக்கு முன்னால, என் கதைய கொஞ்சம் சொல்லிர்றேன். அப்பதான், எனக்கு எப்படி நம்பிக்கை வந்துச்சுன்னு புரியும்’ என்று தொடர்ந்தார்.

‘சாமியாம், சித்தர்களாம்! எவனோ பொழைப்பில்லாம பாடிப்புளு கினான்னா, அதையும் வேலையத்துப் போய் சொல்லிட்டு இருக்கீக’ன்னு நான் பேசிட்டிருந்த காலம். இருவத்தஞ்சு வயசிருக்கும். யார் எது

சொன்னாலும், எடக்கு மடக்காதான் பேசுவேன். அது நல்லதோ கெட்டதோ' என் வார்த்தை அப்படித்தான் வரும்.

அந்த வருஷம் ஆடி அமாவாசை.

கூட்டாளிகளோட பேசிச் சிரிச்சுகிட்டு மலை ஏறிட்டிருக்கேன். சாமி கும்பிடறதுக்கு இல்ல. சும்மா, ஜாலியா சுத்தலாம்னு வந்துட்டிருக்கேன்.

'இந்த வயசுக்கு மேல இதெல்லாம் இருந்து என்ன சாதிக்கப்போகுது'ன்னு, ஏறிவர வயசாளிகளை கேலி பண்ணி சிரிச்சிருக்கேன். வயசுப் பொண்ணுக வந்தா, 'இந்த வருஷம் கண்ணாலம்தான். கவலையே படாத! மச்சான், என்னை மாதிரி இருந்தா தேவலையான்னு?' வம்புக்கு இழுத்திருக்கேன்.

கூட்டமாய் சிரிச்சுக்கிட்டே வந்தோம். இதே இடத்துக்கிட்ட காவித்துண்டு கட்டிக்கிட்டு ஒருத்தர் நின்னார். 'டேய்... இங்க வா!'ன்னு கூப்பிட்டாரு. கூட்டாளிக முன்னால எவனோ ஒரு பரதேசிப்பய, என்னைய 'டேய்'ன்னு கூப்பிடறதான்னு கோவம் வேற. கவனிக்காத மாதிரி நடந்தேன்.

'உன்னைத்தாண்டா சொல்றேன், வா!'ன்னாரு திரும்பவும். வேகமா அவர்கிட்ட போனேன்.

நான் போன வேகத்தைப் பாத்து, கூட்டாளிக பயந்துட்டாங்க. கூடவே ஓடி வந்தாங்க.

'என்னய்யா? நான் என்ன உன் வீட்டு வேலைக்காரனா? நீ யாருய்யா? மாமனா மச்சானா? 'டேய்'னு கூப்பிடறே! மரியாதையா பேசிக்க. காவித்துணி கட்டியிருக்கியேன்னு பாக்கறேன்!'

கோபத்துல படபடன்னு கத்தினேன். அவர்கிட்ட எந்த மாத்தமும் இல்ல. என் கோவம், அவரைப் பாதிக்கவும் இல்ல.

'நான் யாருன்னு அப்புறம் தெரிஞ்சுக்கிடலாம். முதல்ல வீட்டுக்குப் போ. உங்கப்பனைப் போய்ப் பாரு!' அழுத்தமாகச் சொன்னாரு அவரு.

நான் அடங்கலை. திரும்பத் திரும்ப எகிறினேன். 'காலையில பாத்து அவர்கிட்ட சொல்லிட்டுதான் வரேன். நல்லாதான் இருக்காரு. உன் வேலையப் பாரு!' என்று கத்தினேன்.

'முட்டாள்! உடனே போ. உனக்கு அதிர்ஷ்டம் இருந்தா உன்கிட்ட கடைசி வார்த்தை பேசுவான்'ன்னாரு கோபமா. என் கூட்டாளிக முகமே மாறிடுச்சு. ஏதோ நடக்கக் கூடாதது நடக்கப்போகுதுன்னு புரிஞ்சுக்கிட்டாங்க. என்னை வல்லடியா இழுத்துக்கிட்டு வந்தாங்க.

வீட்டுக்குள்ள நுழைஞ்சேன். 'என்னைப் பாத்து எல்லாரும் சீக்கிரம் அப்பாவைப் பாரு'ன்னாங்க. கட்டில்கிட்ட ஓடினேன். கண்ணை மூடிக் கிடந்தாரு அப்பா. 'அப்பா அப்பா'ன்னு கத்தினேன். லேசா கண் திறந்துச்சு. சின்னதா ஒரு சிரிப்பு, முகத்துல வந்துச்சு. ரொம்ப லேசா 'நல்லா இரு'ன்னாரு. அதான் கடைசி வார்த்தை. முடிஞ்சிடுச்சு.'

சொன்ன ராஜமாணிக்கம் கண்கலங்கினார்.

எவ்வளவு வருடங்கள் கடந்தால்தான் என்ன? தந்தை தந்தைதான். அவரது அன்பு என்று உருக்குவதுதான். மௌனமாய் காத்திருந்தோம்.

'கடைவீதியில இருந்து வீட்டுக்கு வந்தவரு, தலைசுத்துதுன்னு சொல்லி யிருக்கார். உக்கார்றதுக்குள்ள கீழ விழுந்துட்டாரு. எல்லாருமா தூக்கி, கட்டில்ல படுக்க வெச்சிருக்காங்க. 'எனக்கு ஒண்ணுமில்ல. உடனே மாணிக் கத்தை வரச் சொல்லு!' இவ்வளவுதான் அவுக சொன்னது. நமக்காக அனுப்பின ஆளு மலைக்கு வந்திருக்கான். நான் வீட்டுக்கு போயிட்டேன். அப்பா விழுந்த நேரத்துல, அந்தச் சாமியார் என்னை நிப்பாட்டி திருப்பி அனுப்பிட்டாரு. இல்லேன்னா அந்தச் சிரிப்போ, 'நல்லா இரு'ங்கற ஆசியோ எனக்குக் கிடைச்சிருக்காது!'

உடைந்த குரலில் பேசிய ராஜமாணிக்கம், சற்று இடைவெளி விட்டுத் தொடுத்தார்.

'அதுக்கு அப்புறம், நானும் தேடிட்டே இருக்கேன். அந்த சாமியார் என் கண்ணுல தட்டுப்படவே இல்ல. எனக்குள்ளேயும் சாமியார்கள் பத்தின எண்ண மெல்லாம் மாறிடுச்சு. சாதாரணமா காவி கட்டற சாமியார் நிலையே இதுன்னா, சித்தர்கள் இன்னும் விசித்திரமான ஆளுக. அவங்க, ஏன் எதுக்குப் பண்றாங் கன்னே புரிஞ்சுக்க முடியாது. அந்த மாதிரி ஒருத்தர்தான் காலாங்கி சித்தர்!'

அர்ஜுனனின் முகத்தில் ஆர்வம் அலையடித்தது.

மிக அழகாகப் பேச்சைத் தொடர்ந்தார் ராஜமாணிக்கம். சதுரகிரியில் உள்ள மரம், இலை, பாறை, குகை என்று அனைத்தும் அத்துப்படியான மாதிரி அமைந்தது அவர் பேச்சு.

கோயில் கட்டுவது என்பது மிக நல்ல விஷயம்தான்.

அதைத்தான் செய்ய ஆரம்பித்தான் அந்த வணிகன். அற்புதமான சிவாலயம் ஒன்றை எழுப்ப வேண்டும்; அதுதான் அவனுடைய ஆசை!

அதற்கான பணிகளில் ஊக்கமுடன் முனைந்தான். திறமையான ஸ்தபதிகளை வரவழைத்தான். ஆலயம் அமைப்பதற்கான இடம், கருங்கல், சாந்து என்றான பொருள்கள் அனைத்தையும் திரட்டினான்.

திருப்பணி ஆரம்பமானது.

ஆனால், அவன் கைப்பொருள் போதவில்லை. பணக்காரர்கள் பலரை நாடினான். மன்னர்களைத் தேடினான். அவனுடைய தேவைகளை, அவர்களாலும் நிறைவேற்ற முடியவில்லை.

இறுதியாக ஒரு முனிவர் சொன்னார்:

'உன்னுடைய விருப்பத்தை நிறைவேற்ற, மன்னர்களாலும் முடியாது. சதுரகிரிக்குப் போ. அங்கே காலாங்கி நாதர் இருக்கிறார். உன் விருப்பத்தை

நிறைவேற்றுவார்!' என்றார் அதன்படியே, காலாங்கி நாதரைச் சரணடைந்தான் வணிகன்.

வந்தவனின் நோக்கம் அறிந்தார் காலாங்கி நாதர். ஆனாலும், எதுவும் பேசாமல் மௌனித்தார்.

ஏன்?

வந்தவனின் நோக்கம் அவருக்குத் தெரியாதா? அவன் சொல்வது உண்மையா பொய்யா என்பது தெரியாதா?

கண்டிப்பாகத் தெரியும். ஆனாலும் மௌனித்தார். ஏன்?

உண்மையாக இருப்பது போதாது. உண்மையே பேசுவது மட்டிலும் போதாது. பொறுமையும் சகிப்புத்தன்மையும் வேண்டும். பெரிய செயல் களைச் சாதிக்க முனைபவர்களுக்கு இந்தக் குணம் இல்லாவிட்டால், அந்தச் செயல் நிறைவடையாது.

வணிகன் மேற்கொண்ட ஆலயத் திருப்பணி முழுமை பெறுவதில் என்ன தடை? பொருள் மட்டும்தான் பற்றாக்குறையா? வணிகனின் குணத்தில் பற்றாக்குறையா? அதையும் சோதிக்கவும், குறை இருந்தால் போதிக்கவும் நினைத்தார் போலும்.

அவரது மௌனம், வணிகனின் நம்பிக்கையைக் குலைக்கவில்லை; அவனிடம் மனத்தளர்ச்சி ஏற்படவில்லை. மாறாக, காலாங்கி நாதரிடம் பணி செய்பவனாக மாறிப் போனான்.

அவருக்குப் பணிவிடை செய்தான். முகத்தில், சலனமோ ஏமாற்றமோ, ஏக்கமோ வருத்தமோ இல்லாது இருந்தான். 'விருப்பத்தைச் சொல்வது என் கடமை; நிறைவேற்றுவதும் மறுப்பதும் உங்கள் உரிமை!' என்பதுபோல் இருந்தான். அவனுடைய ஒருமைப்பட்ட சிந்தனை, காலாங்கி நாதரைக் கவர்ந்தது.

அவனுடைய உறுதியை, கௌரவிக்க விரும்பினார். மூலிகைகளைப் பயன் படுத்தி தைலம் தயாரித்தார். அதைக் கொண்டு உலோகங்களை உருமாற்றி, தங்கமாக்கிக் கொடுத்தார். வணிகன், மகிழ்வுடன் புறப்பட்டுப் போனான்.

கோயில் கட்டத் தேவையான தங்கம் என்றால், எவ்வளவு தேவைப்படும்? அதைத் தயாரிக்க எவ்வளவு தைலம் தேவைப்படும்? அந்த அளவு போக, இன்னும் மீதமிருந்தது தைலம். தவறானவர்கள், தீய நோக்கம் கொண்ட வர்கள் கையில் அது சிக்கக் கூடாது என்று நினைத்தார் சித்தர். ஒரு கிணறை உண்டாக்கி, அதில் தைலத்தைக் கொட்டினார். பாறையால் மூடினார். அதற்குக் காவலாகவும், மகாலிங்கரின் எல்லைக் காவலனாகவும் இந்தக் கருப்பரை ஸ்தாபித்தார் காலாங்கி முனிவர்!

'கோயில் கட்டும் அளவுக்கு தங்கம் கொடுத்தார்னா, இங்க ஒரு தங்கசாலையே இருந்திருக்கும். அப்படின்னா, அவரை 'தங்கசாலை சித்தர்னுதான்

சொல்லணும்!' என்ற அர்ஜுனன், 'கடைசியில தைலக் கிணறை மூடிட்டாரே!' என்றும் பொய்யாக வருந்தினார்.

'அதனால என்ன? கருப்பசாமிகிட்ட கேட்டுப்பாருங்க. அவர் மனசு வெச்சா, உங்களுக்கு கொஞ்சம் தந்துட்டுப் போறாரு!' என்று சொல்லிச் சிரித்தார் ராஜமாணிக்கம். எழுந்து நடக்க ஆரம்பித்தோம். வரிசையாக, குடிநீர் குழாய்கள் போடப்பட்டிருந்தன; விளக்குக் கம்பங்கள் தென்பட்டன; கட்டடங்கள் புதிதாகத் தென்பட்டன. கடந்தமுறை வரும்போது இருந்ததைவிட, சதுரகிரியில் வசதிகள் கூடியிருப்பது புலப்பட்டது.

'இப்ப, மூணு வருஷத்துக்குள்ள வந்த வளர்ச்சி இதெல்லாம்!' என்றார் அர்ஜுனன். பேசிக்கொண்டே நடந்தோம்.

ஆங்காங்கே பலர் பேசிக்கொண்டு நின்றார்கள். சிலர் குளித்துக் கொண்டிருந் தார்கள். சிலர், கால்களை நீவிவிட்டுக் கொண்டிருந்தார்கள்.

'கிரகணத்துனால இன்னைக்கு சீக்கிரமே பூஜை ஆரம்பிச்சுரும். நீங்க, நேரா கோயிலுக்குப் போயிருங்க. நான் இங்க சில பேரை பாக்கணும். பாத்துட்டு வரேன்!' என்றார் ராஜமாணிக்கம்.

கோயிலுக்கு சற்றுமுன்னே, சலசலக்கும் நீரில் கால்களைக் கழுவிக்கொண்டு மேலே நடந்தோம். மிகச் சிறிய கடைவீதி அது!

வலப்புறம் சுந்தரலிங்கர் சந்நிதி.

இடதுபுறம் வரிசையாகக் கடைகள், பூமாலைகள், தேன், சாம்பிராணி, சூடம், ஊதுவத்தி, டீ, வடை என்று வருபவரை வரவேற்றுக்கொண்டிருந்தன.

'பூம், பூம்' என்று சங்குகள் ஆரவாரமாக முழங்கின. கோயிலுக்குள் நுழைந்தோம்.

5

சுயம்புவாக முளைத்த சுந்தர மகாலிங்கம்

'சுந்தரமகாலிங்கத்துக்கு அரோகரா!'

அடுத்தடுத்து பக்தர்கள் எழுப்பும் கோஷங்கள், மாலைப் பிரதேசத்தின் பிரம்மாண்டமாக எதிரொலிக்கின்றன. 'டாண் டாண்' என்று, மணியோசை கம்பீரமாக ஒலிக்கிறது. சங்குகள் ஓங்காரம் எழுப்புகின்றன. 'ஓம் நமசிவாய' ஒலி, எங்கும் ஒலிபெருக்கி மூலம் ததும்புகிறது. குங்கிலியமும் சாம்பிராணியுமாக நறுமணப் புகை கமழ்கிறது.

'நமச்சிவாய வாழ்க; நாதன் தான் வாழ்க. இமைப் பொழுதும் என் நெஞ்சில் நீங்காதான் தாள்வாழ்க!' என்று பின்னால் நின்று ஒருவர் சிவபுராணம் பாடுகிறார். தெய்வீக லயம் தவழ்கிறது எங்கும்!

சுமார் ஐநூறு பேர் இருப்பார்கள்.

வயதானவர்கள், நடுத்தர வயதினர், இளையவர், சிறுவர், குழந்தை என்று எல்லா பருவத்திலும் ஆண்கள், பெண்கள் மற்றும் காஷாயம் தரித்த திருக்கூட்டத்தார்.

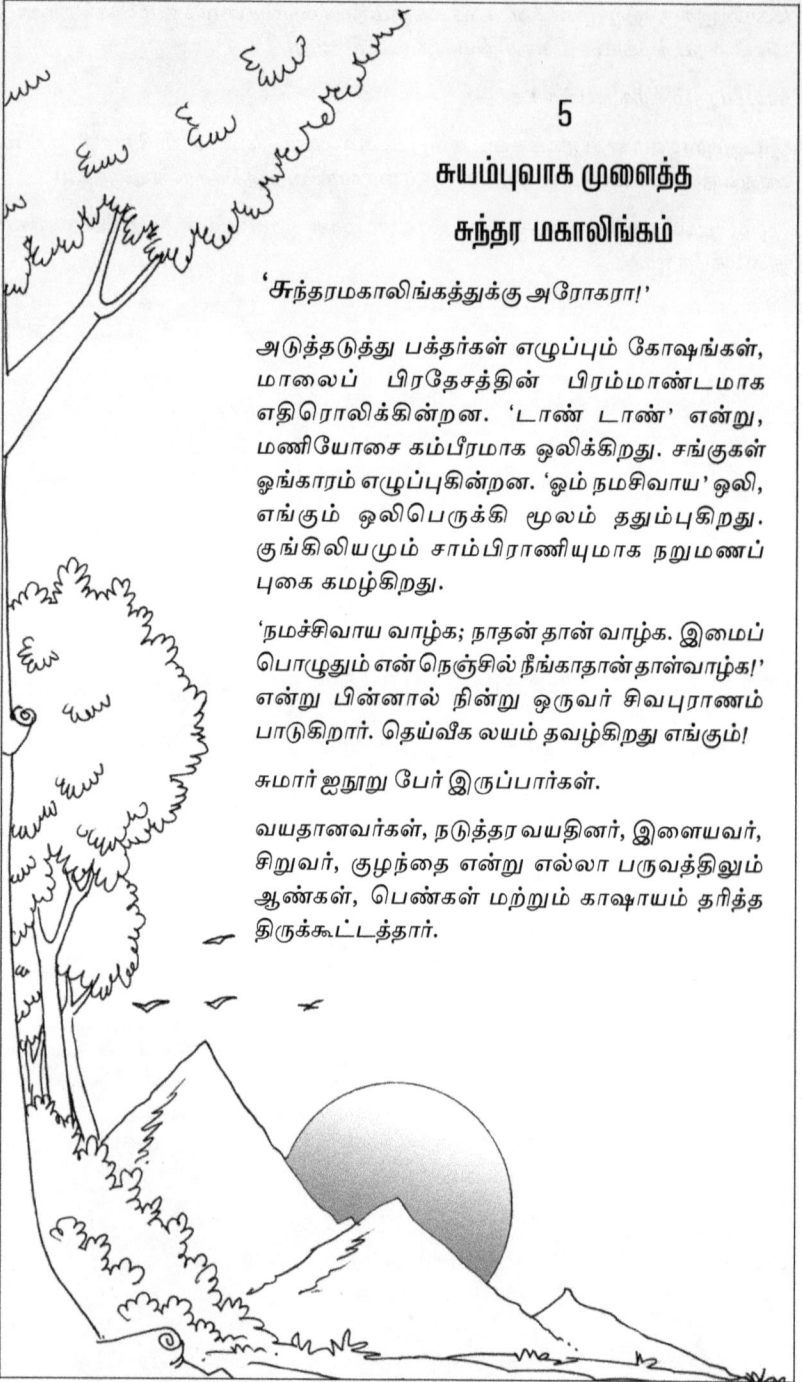

கைக்குழந்தையை தூக்கிக்கொண்டு வந்த புதுமணத் தம்பதிகள்; உடல் பருமனையும் மீறி வந்திருந்த பெண்மணிகள்; சுமார் ஐந்து அல்லது ஆறு வயதுடைய குழந்தைகள்; வயது முதிர்ந்தவர்கள் என நம்மை ஆச்சரியப் படுத்தினார்கள்.

இதற்குமுன் ஆடி அமாவாசை தருணத்தில், நாம் கண்ட காட்சிதான் இது! ஆனால் இந்த முறை பார்த்த பலருமே, பெருநகரங்களைச் சேர்ந்தவர்கள்.

கோயிலும், சிறிய கோயில்தான்.

தஞ்சை மாவட்டத்தில் காண்பதுபோல இதுவொன்றும் பிரம்மாண்டமான பரப்பளவில் அமைந்த கோயில் அல்ல. ஆனால், அவற்றுக்குச் சற்றும் குறையாத அருள்மணம் கமழ்கிறது இங்கே. சற்றே சாய்ந்த நிலையில் காட்சி தருகிறார் சுந்தரமகாலிங்கர்.

சாதாரணமாக பௌர்ணமி நாள்களில், இரவில்தான் விசேஷ பூஜை நடை பெறும். சந்திரகிரகணம் என்பதால், முன்னதாகவே பூஜையைத் தொடங்கி விட்டார்கள்.

அபிஷேகங்கள் நடைபெற்றுக்கொண்டிருக்கின்றன.

பால், சந்தனம், பன்னீர், தேன், இளநீர், விபூதி என்று ஒவ்வொரு அபிஷேக மாகத் தொடர்கிறது. மிக நிதானமாக, பக்திப் பூர்வமாக, அருமையாகச் செய்கிறார்கள்.

ஒவ்வொரு அபிஷேகம் நடந்ததும் திலகமிட்டு, பூ சாத்தி, தீபாராதனை செய்தபின் ஜலத்தால் அபிஷேகம். அடுத்தது வேறொன்று. அபிஷேகப் பாங்கும் ஆரத்தி காட்டும் விதமும், சுந்தரமகாலிங்கர் எதிரே உயிர்ப்போடு அமர்ந்திருக்கிற உணர்வை ஏற்படுத்துகின்றன.

கண்கள், தன்னை மீறிக் கலங்குகின்றன.

'தான் சொன்ன வார்த்தையைக் காப்பாற்ற, தன் பக்தன் அடித்தாலும் அவனுடைய அறியாமையைக் களைந்து, ஆட்கொண்ட அருளாளன் இவன்!' என்ற எண்ணம் மேலிட்டது.

சுந்தரமகாலிங்கம் இங்கே எழுந்தருளிய காரணம் இது.

பக்தனை ஆட்கொள்ள வந்தான் பரமன்; வந்த இடத்திலே திருக்கோயிலும் கொண்டான். ஒரு பக்தனுக்காக வந்தவன், பல கோடி பக்தர்களை ரட்சித்துக் கொண்டிருக்கிறான். இதற்குக் காரணம், பச்சைமால்.

பசுக்களை மேய்த்து, பால்கறந்து, அதை விற்று ஜீவனம் செய்யும் இடையர் குலத்தில் பிறந்தவன் பச்சைமால். தில்லைக்கோன் - திலகமதி என்பவரின் மகன். சதுரகிரிக்கு அருகில், கொட்டில் ஒன்று அமைத்திருந்தான். அவனுடைய அத்தை சிங்காரமங்கையின் மகளைத்தான் அவன் மணந்திருந் தான். அவள் பெயர் சடைமங்கை.

கணவன் கறந்து தரும் பாலைக் கொண்டுபோய், தன்னுடைய மாமன் வீட்டில் கொடுத்து விற்றுவருவாள். அந்தப் பொருளைக் கொண்டுதான், இருவரின் வாழ்வும் நடந்துகொண்டிருந்தது.

ஒருநாள்...

வழக்கம்போல, கணவன் கறந்து கொடுத்த பாலை எடுத்துக் கொண்டு வருகிறாள் சடைமங்கை. வழியில், ஜடாமுடியும் நீண்ட தாடியும் ருத்ராக்ஷ மாலை அணிந்து திருநீறு விளங்கும் நெற்றியுமாகத் தென்பட்டார் ஒருவர்.

சடை மங்கை அவரை வணங்கினாள்.

அவளது பணிவையும் பக்தியையும் கண்டு, அந்தத் துறவி ஆனந்தப்பட்டார்; அவளை ஆசீர்வதித்தார்.

'பெண்ணே! எனக்கு மிகவும் தாகமாக இருக்கிறது. நீ பாத்திரத்தில் கொண்டுசெல்லும் பாலில், எனக்குக் கொஞ்சம் தருவாயா?' என்றும் கேட்டார்.

சடைமங்கை சந்தோஷமானாள்.

'அடியாருக்கு அளிக்கப்படும் எதுவும், ஆண்டவனுக்குப் பிரியமானது. தன்னையே எண்ணி உருகும் பக்தர்களுக்கு உதவுபவர்களை, ஆண்டவன் பெரிதும் விரும்புகிறான். பரமனை பூஜிக்கும் வழியோ, நமக்குத் தெரியாது. அதற்கான பயிற்சியும் கிடையாது. அதனால், நாம் பூஜித்ததும் கிடையாது.

இதோ தவத்தின் வடிவாக இருக்கும் இவர் கேட்டபடி செய்வோம். இவர் வாய்மொழியாக, இறைவன் தன் விருப்பத்தைக் கேட்கிறான்' என்று நினைத்தவளாக, பால் நிரம்பிய பாத்திரத்தை அவரிடம் கொடுத்தாள்.

பாத்திரத்தோடு பாலை வாங்கிப் பருகினார் துறவி. குடித்துவிட்டு, மீண்டும் பாத்திரத்தை அவளிடம் திரும்பக் கொடுத்தார். அதோடு விடவில்லை.

'நாம் இன்னும் சில காலம் இங்குதான் இருப்போம். தினமும் எனக்கு நீ, பால் கொண்டு தருவாயா?' என்றும் கேட்டார். 'சரி' என்றாள் சடைமங்கை. நாள்கள் ஓடின.

வழக்கத்தைவிடவும் பால் அளவு குறைவது கண்டு குழம்பினர் தில்லைக் கோனும் திலகமதியும், 'பசுக்களின் பால் சுரப்பு குறைந்துவிட்டதா? அல்லது மகன் சரியாகக் கறப்பதில்லையா?' - தங்களுடைய சந்தேகத்தை மகனிடமே கேட்டனர். பச்சைமால் குழம்பினான்.

'அதெப்படி குறையும்? பால்சுரப்பு அதிகமாகியிருக்கிறதே! நாம் கூடுதலாக அனுப்பும்போது, குறைவதாக இவர்கள் சொல்கிறார்களே?' என்று யோசித்தான். அதன் காரணம் என்ன என்றும் கண்டறிய முயற்சித்தான். ஒருநாள் மனைவிக்குத் தெரியாமல், அவளைப் பின்தொடர்ந்தான். அவள் சித்தரைப் பார்த்ததையும், பால் அளித்து வணங்கிச் சென்றதையும் பார்த்தான். கோபம் தலைக்கேறியது.

‘நான் மாட்டோட மாடா அலைஞ்சு மேய்ஞ்சு பால் கறந்து அனுப்பினா, நீ எவனோ பரதேசிக்கு தானம் பண்றியா? உழைச்சு, உடம்பு நோகறது நான். நீ தர்மம் பண்றியா?’ என்று அறைந்தான்.

மரங்களை வெட்டியும், முளையடித்தும், பால் கறந்தும் காய்த்துப் போன கரங்கள் அவனுக்கு. அந்த அடியைத் தாங்க முடியாமல் துவண்டுபோனாள் சடைமங்கை. இதற்குக் காரணமான துறவியையே நேரில் சென்று பார்த்தாள். நடந்ததைச் சொல்லி அழுதாள்.

‘நம்முடைய தாகம் தீர பால் கொடுத்த நீ, துன்புறுவது தகாது. நீ நலம்பெறத் தக்கவள். நவசக்திகளில் நீயும் இடம்பெறுக!’ என்று சொன்னார் துறவி. அவளுக்கு ‘சடதாரி’ என்று பெயரிட்டார். சடைமங்கை, தெய்வ சக்தியானாள். சடதாரி என்ற பெயருடன், காக்கும் தேவியானாள்.

துறவி அங்கிருந்து மறைந்தார்.

பச்சைமால் மனம் குலைந்தான். தன்னுடைய கோபத்தால், மனைவியைப் பிரிந்தோம் என்று கவலைப்பட்டான். அவள் தெய்வத்தன்மை பெற்றாள்; நாம் மூடனாகவே வாழ்கிறோம் என்று வருந்தினான், மனம் மாறினான்.

சதுரகிரியில் மேலே சென்றான். அங்கேயே ஒரு கொட்டில் அமைத்தான். அங்கிருந்த அடியார்களுக்கு பால் அளித்தும், உதவியும் பணி செய்தான். அவனைக் கண்டார் சுந்தரானந்தர். தான் பூசிக்கும் லிங்கத்துக்கு, தினமும் அபிஷேகத்துக்கு பால் தரும் அவனிடம் பெரும் அன்புகொண்டார்.

மகான்களின் அன்பு, மகேசனையும் உருகவைக்கும். அப்படித்தான், தவப்பிழம்பாய் அங்கு வந்தான் மகேசன்!

சுடரும் விழிகள்; ஜொலிக்கும் மேனி; பரவசப்பட வைக்கும் கோலம்! சுந்தரானந்தர், சட்டைமுனி உட்பட அனைவரும் வணங்கி வரவேற்றனர். வழக்கம்போல, அபிஷேகத்துக்கு பால் கொண்டுவந்த பச்சைமாலும் வணங்கினான்.

மறுநாள், வேறொரு அதிர்ச்சி காத்திருந்தது அவனுக்கு.

வழக்கமாக, அபிஷேகத்துக்கான பாலை குறிப்பிட்ட ஒரு காராம்பசுவிடம் இருந்தே அவன் கறந்து தருவான். அந்தப் பசுவின் மடியில் வாய்வைத்து, பாலைப் பருகிக் கொண்டிருந்தார் மகேசனான துறவி.

கோபம் கொப்பளித்தது பச்சைமாலுக்கு.

கையில் இருந்த கம்பை ஓங்கி வீசினான்; ஆத்திரம் தாங்காமல் கத்தினான்.

‘ஏய்! என்ன காரியம் செய்துவிட்டாய்? பெருமானின் அபிஷேகத்துக்குப் பாலைக் கொடுக்கும் பசுவின் மடியை, எச்சில் படுத்திவிட்டாயே!’

அவனது செயலும் கோபமும், சுந்தரானந்தரையும் சட்டை முனியையும் கோபமாக்கின. அவனைச் சபிக்க முற்பட்டனர்.

அடிபட்ட துறவி தடுத்தார், புன்முறுவல் பூத்தார். மறுகணம் - அங்கே காட்சி தந்தான், புலித்தோல் அணிந்த பெருமான்.

சித்தர்கள் பூரித்தனர்; பச்சைமால் மனம் கலங்கி அழுதான்.

'உன்னையா அடித்தேன். என் அறிவீனத்தை மன்னித்துவிடு!' என்று அழுதான் பச்சைமால்.

'நீ தவறு எதுவும் செய்யவில்லை, வருந்தாதே!' என்ற சிவபிரான், தொடர்ந்தார்.

'யாழ்வல்ல தேவா! என் அணுக்கத் தொண்டனான நீ, மனம் சஞ்சலித்ததால் பச்சைமாலாக மண்ணில் பிறந்தாய். அந்த மயக்கத்தில் இருந்து உன்னை மீட்டு ஏற்பதாக, உன்னிடம் சொல்லியிருந்தேன். அதற்காகவே இந்த நாடகம்!' என்று சொன்ன பெருமான், அவனுக்கு தன்னுடைய திருவடிப் பேற்றை அருளினார். பச்சைமால் பெற்ற பெருந்தவப் பேற்றைக் கண்ட அனைவரும், இங்கேயே தாங்கள் எழுந்தருள வேண்டும்!' என்று வேண்டினர். அதன்படியே, சுயம்புவாக இங்கே லிங்க வடிவில் வெளிப்பட்டார் பெருமான்.

இன்றும் மகாலிங்க மூர்த்தியின்மேல், அடிபட்ட வடுவைக் காணமுடியும்.

'டாண் டாண்' என்று கம்பீரமாக ஒலியெழுப்புகிறது ஆலயத்தின் மணி. சங்குகள் முழங்குகின்றன. 'நமசிவாய நமசிவாய' என்று குரலெழுப்பு கிறார்கள். 'அரோகரா' என்ற கோஷம் திசைகளை வளைக்கிறது.

யாழ்வல்ல தேவரை தடுத்தாட்கொண்ட சுந்தர மகாலிங்கப் பெருமானுக்கு, கற்பூர ஆரத்தி நடைபெற்றுக் கொண்டிருக் கிறது.

தானே யாவுமான தயாபரனை, கண்குளிரத் தரிசிக்கிறோம்.

'பௌர்ணமிக்குப் பௌர்ணமி நடக்கற இந்த விசேஷ பூஜையை, மெட் ராஸ்ல இருந்து வந்து நடத்தறாங்க. வேற யார் வேணாலும் இந்த பூஜையை சேர்ந்து பண்ணிக்கிடலாம். ஒவ்வொரு பௌர்ணமி அன்னிக்கும் மெட்ராஸ் காரங்க வந்துடுவாங்க!' என்றார் அருகிலிருந்த ஒரு அன்பர்.

அந்தப்பூஜையை செய்கிற அன்பர்களோ சந்நிதிக்கு எதிரே, சற்றுத் தொலைவில் மேடான பகுதியில் நின்று அபிஷேகத்தை தரிசித்துக் கொண்டிருந்தார்கள். ஆச்சரியமான விஷயம்!

'அபிஷேகம் செய்ய வேண்டும்; அதைத் தரிசிக்க வேண்டும். அவ்வளவுதான்! பக்கம், தூரம் என்பதெல்லாம் மனித மனோபாவம்தான்; பரமனுக்கு அதெல்லாம் இல்லை!' என்று புரிந்ததைப்போல் இருந்தது அவர்களின் செயல்.

அபிஷேகம் செய்த விபூதியை அனைவருக்கும் விநியோகித்தார்கள். 'நமசிவாய' என்று சொல்லி வாங்கி, நெற்றியில் பூசிக்கொண்டார் ஒரு சாது.

'திருநீறுக்கும் பஞ்சாட்சரம்னே பேரு. எவ்வளவு பேருக்கு அது தெரியுது? ஹோட்டல்ல, வகை வகையா பலகாரம் பேர் சொல்றோம். உறவு, நண்பன்னு யார் பேரையோ சொல்றோம். அதெல்லாம்விட, ஜீவனுக்கு உறவு

சிவன்தான். ஆனா, 'சிவாசிவா'ன்னு சொல்ல முடியல. 'நமசிவாய'ன்னு சொல்லத் தெரியல. எப்படி நிம்மதி வரும்?' - வருத்தமும் ஆதங்கமு மாகச் சொன்னார் ஒரு சாது!

சுரீலென்று தாக்கியது மனத்தில்.

நிஜம்தான்! எவ்வளவு பேர் இதைச் செய்கிறோம்?

'காலன் வரும் முன்னே, கண் பஞ்சடை முன்னே... குற்றாலத் தானையே கூறு!' என்று பாடினார் பட்டினத்தார்.

'...அப்போதைக்கு இப்போதே சொல்லிவைத்தேன் அரங்கமா நகருளானே!' என்றார் ஆழ்வார்.

காட்டுக்குள் கருப்பசாமி

நல்ல பக்தி - பரமனின் திருநாமத்தை நாவில் பழக்கமாக்கிக் கொள்ளும்; அதையே தன் மனத்தில் இருத்தும்; அதையே சிந்தனையாகச் செய்யும்.

'திருநீறும் குங்குமமும், உனக்கு இறைவனின் நினைவு உண்டு என்பதற்கான அடையாளம்தான்; பக்தனுக்கான அடையாளமுமல்ல! பக்தியைப் பழகு; பக்தனாக மாறு; பக்தனாக இரு!' என்று உபதேசிப்பதைப்போல் இருந்து அந்த சாதுவின் வார்த்தைகள்.

பிரசாதத்தைப் பெற்றுக்கொண்டு வெளியே வந்தோம். இருள் கவிழ்ந்து விட்டது. மின்விளக்குகள் ஒளிர்ந்துகொண்டிருக்கின்றன. ஆனால், சுற்றிச் சூழ்ந்த பெரும் இருளுக்கு, அந்த வெளிச்சம் போதாதுதான்.

சடசடவென்று தூறல் விழுகிறது. பெருமழையாக மாறுமோ என்று நினைத்து, பக்கத்தே இருந்த கொட்டகைகளிலும் மரத்தடியிலும் கடையிலு மாக, அன்பர்கள் ஒதுங்கி நிற்கிறார்கள். சூடான சுக்கு காபி, மழைக்கு இதமாக இருக்கிறது.

தாடியும் மீசையுமாக, மஞ்சள் பழுப்பு வஸ்திரம் போர்த்தி நின்றுகொண்டிருந் தார் ஒருவர். சற்றுமுன், சுந்தரமகாலிங்கம் சந்நிதியில் நின்றபடி 'சிவபு ராணம்' படித்துக் கொண்டிருந்தவர். யாரையோ நினைவுபடுத்தியது அவர் முகம். ஞாபகப் பெட்டியை தட்டிக் கொட்டிப் பார்த்தும், நினைவுக்கு வரவில்லை.

அவரைக் கவனித்ததை, அவரும் பார்த்துவிட்டார் போலும்.

43

'ஐயா! நீங்க எந்த ஊரு? பாத்த முகமாத் தெரியுது. சந்நிதியிலேயே கவனிச்சேன்!' என்று ஆரம்பித்தார். அர்ஜுனனை அவர் ஊர்க்காரர் ஒருவர் பிடித்துக் கொண்டுவிட்டதால், இவருடன் பேச முடிந்தது.

'நான் பட்டுக்கோட்டையில இருந்து வரேன். மனசுல எந்தச் சுமையும் இருக்கக் கூடாதுன்னு நெனச்சேன். அதை சுந்தரமகாலிங்கம் நடத்திக்கிட்டு வரார். என் அனுபவத்துல சொல்றேன். பணம் இல்லாதது கஷ்டம்தான். ஆனா, பணம் இருக்கறதால வர கஷ்டத்தைவிட ரொம்பக் கம்மி!'

நறுக்குத் தெறித்த மாதிரி வந்தன அவர் வார்த்தைகள்.

உண்மைதான்!

பணம், மனிதனை நிலைகுலைய வைத்துவிடுகிறது. வசதிகளால் வாழ்ந்தவர்களைவிட, வீழ்ந்தவர்களே அதிகம். என்ன காரணம்? எதைச் செய்யலாம்; எது சரி என்ற கோட்பாடுகளை குப்புறத்தள்ளி, மூடத்தனத்தை முற்றுகையிட வைக்கிறது - பணமும் அதனால் ஏற்படும் வசதியும்!

அதைத்தான் நுட்பமாகச் சொல்கிறார் என்பது புரிந்தது.

'என்ன நான் சொல்றது? நமக்கு மூலிகை வைத்தியம் தெரியும். ஒரு மூலிகையை எப்பப் பறிக்கணும்? எப்படி பறிக்கணும்? எப்படி பக்குவப் படுத்தணும்? எந்த மாதிரி பயன்படுத்தணும்னு கணக்கு இருக்கு. நினைச்சவுடனே மூலிகையைப் பறிச்சிடக் கூடாது. அதுக்கு, சாப நீக்கம் செய்யணும். அப்படி பதமா பறிச்சு, ஜபம் செய்து, குருநாதரோட அருளோட கொடுக்கும்போதுதான். அது நோயைத் தீர்க்கற மருந்தாகுது!' என்று நுணுக்கமாகப் பேசினார் அந்த சித்த வைத்தியர்.

'வாங்க அடுத்த சுந்தரலிங்கத்துக்குத்தான் பூஜை!' அழைத்தபடி வந்தார் அர்ஜுனன்.

மூவரும் சேர்ந்து நடக்கத் தொடங்கினோம்.

6

அகத்தியர் ஸ்தாபித்த
சுந்தரலிங்கம்

சுந்தரமூர்த்தி சந்நிதி, மகாலிங்கம் கோயிலை விட அளவில் சிறியது. அனைவரும் கீழே உட் கார்ந்திருந்தார்.

அபிஷேகங்கள் ஆரம்பமாயின. நமக்கு எதிரே, சற்றுத் தள்ளி அமர்ந்திருந்தார் ராஜமாணிக்கம்.

'வெள்ளியங்கிரி, சுருளிமலை, பர்வத மலைன்னு எங்கும் போயிருக்கோம். எங்க போனாலும், இந்த மகாலிங்க தரிசனம் தனி அனுபவம்!' என்றார் சித்த வைத்தியர். மிக மெல்லிய குரலில் பேசினார்.

அபிஷேகத்தை ஆழ்ந்து கவனிக்கும் அவர் களுக்கு, இடையூறு ஏற்படக் கூடாது என்ற கவனம் இருந்தது அவர் பேச்சில்.

பூஜை மணியொலி மட்டுமே கேட்கிற நிசப்த மான இரவு. இந்த பூஜையும் மனத்துக்கு ரம்ய மாகவே இருக்கிறது.

'நகர்ந்து வாங்க' 'வந்துகிட்டே இருங்க. நிக்காதீங்க என்ற குரல்கள் இங்கே இல்லை.

அமைதியாக, அவசரமில்லாமல், பூஜையை நிம்மதியாகப் பார்க்க முடிகிறது. எதற்காக வந்தோமோ, அந்த நோக்கம் முழுமையாக நிறைவேறு கிறது. மனம் நிறைகிறது. ஆலய தரிசனத்தின் நோக்கமே அதுதானே!

'ஒரு நிமிஷம்!'

அர்ஜுனனின் குரல் நம்மை ஈர்த்தது.

'எதிர்பாராத ஒரு விஷயம். இப்பத்தான் நம்ம நண்பர் சொன்னார். அதுக்காகவே இங்க வந்திருக்கார்!' - அர்ஜுனனின் குரலில் தடுமாற்றம் தென்பட்டது.

'அர்ஜுனன்! ஏன் தயங்குறீங்க? அவசரமா புறப்பட வேண்டியிருக்கு. அவ்வளவுதானே? நீங்க புறப்படுங்க. எந்தக் கவலையும் வேண்டாம்!' என்றோம்.

அர்ஜுனனை வழி அனுப்பிவிட்டு, மீண்டும் அபிஷேகத்தில் ஆழ்ந்தோம். சற்றே சலசலப்பு ஏற்பட்ட அந்தச் சூழலில், பீறிட்டுக் கிளம்பியது ஒரு பாடல்.

> 'சந்திரமண்டலம் போல் இருக்குது சதுரகிரியப்பா - உன்
> சந்நிதி வாசலில் தலை தெரியுது சதுரகிரியப்பா...'

சுமார் அறுபது வயது மதிக்கத்தக்க ஒருவர், கணீரென்று பாடினார். அவரது குரலை, அந்த மலைப்பிரதேசம் மீண்டும் எதிரொலிப்பது போலிருந்தது.

அவர் பாடப்பாட, பலரும் கைகளால் தாளம் போட்டபடி திரும்பப் பாடினர். சலசலப்பு மாறி, மனம் மீண்டும் சுந்தரலிங்கத்திடம் லயித்தது.

சுந்தரலிங்கம், மகரிஷி அகத்தியரால் ஸ்தாபிக்கப்பட்டவர். லிங்கத்தின் வகைகளில் - சுயம்பு, கைவிகம், ஆர்ஷம், மானுஷம் என்றெல்லாம் பல வகைகள் உண்டு. முதலில் தரிசித்த சுந்தரமகாலிங்கர் சுயம்புமூர்த்தி; இந்தச் சுந்தரலிங்கர் ஆர்ஷம்!

ரிஷிகள், ஸ்தாபித்து பூஜித்தவை ஆர்ஷம் எனப்படும். அப்படி, அகத்திய முனிவரால் ஸ்தாபிதம் செய்யப்பட்டவர் இவர். அகத்தியர் ஸ்தாபித்தால் அகத்தியலிங்கம் என்று தானே பெயர் வழங்கவேண்டும். சுந்தரலிங்கம் என்ற பெயர் ஏன்?

மகரிஷி அகத்தியரைத் தொடர்ந்து, சித்த புருஷரான சுந்தரானந்தரால் பூஜிக்கப்பட்டவர் இந்த பெருமான். அதனால், சுந்தரலிங்கம் என்றே பெயர் கொண்டு விளங்குகிறார்.

'இப்போ பாடினாரே! இவர் செஞ்சது ரொம்ப புண்ணியமான செயல். ஏதோ பேச்சு, சத்தம்னு கவனம் திரும்பின மனசை, பாட்டுப் பாடி திருப்பினாரு பாருங்க. இதுதான் புண்ணியம். தன்னையும் காப்பாத்திக்கிட்டு, மத்தவங்களையும் காப்பாத்தற காரியம் இது. தரிசனத்துக்குன்னு வந்துட்டா,

மனசு ஆண்டவன்கிட்டதான் நிக்கணும். வெளியிலே சுத்தக் கூடாது!' திருத்தமாகச் சொன்னார்பட்டுக்கோட்டைக்காரர்.

உண்மைதான்!

ஓர் ஆலயத்தின் கோபுரம், கொடிமரம், பலிபீடம், மணி, கற்பூர ஆரத்தி இவையெல்லாம், உளவியல் ரீதியாக பல விஷயங்களைப் போதிக்கின்றன. சாஸ்திரம் என்ற பின்னணியில் சொல்லப்படும் விஷயங்கள், உளவியல் ரீதியான தத்துவங்கள்.

பிரும்மாண்டமான கோபுரங்கள். இந்தக் கோபுரங்கள், எண்ணங்களை ஒடுக்கிக்கொண்டு உள்ளே போ!' என்று உபதேசிக்கின்றன.

கொடிமரம், 'உன்னிலும் உயர்ந்த பொருளை காணப் போகிறாய். அவனுடைய அருளாட்சி நிகழுமிடம்!' என்று நினைவூட்டுகிறது.

பலிபீடம், 'உன்னுடைய அகந்தை, கோபம், வெறுப்பு, கவலை, துக்கம், ஆசை உள்ளிட்ட அனைத்தையும் இங்கேயே பலியிட்டு விடு. மனத்தை - தூய்மையாக, ஒளிமிக்கதாக மாற்றிக்கொண்டு உள்ளே செல்!' என்று வழிகாட்டுகிறது.

உள்ளே கருவறையில் அருள்பாலிக்கும் மூர்த்திக்கு, கற்பூரம் காட்டப் படுகிறது. அதற்குமுன் மணி ஒலிக்கிறது.

'என்ன சொன்னாலும், மனத்தை அலையவிடுகிறாயே! இப்போதாவது மனமொன்றிப் பார். பேரருளை வழங்கும் கருணை வடிவை, கண் குளிரப் பார்!' என்று கவனப்படுத்துகிறது மணியொலி.

ஆனால், என்ன செய்கிறார்கள் பக்தர்கள்?

கற்பூரத்தை ஏற்றியவுடன் கண்ணை மூடிக்கொள்கிறார்கள். வேண்டிக் கொள்கிறார்கள். என்ன ஓர் அபத்தம் இது! ஆலயம் எங்கிலும் வெளிச்சம் போட்டவர்கள், கருவறைக்குள் ரெண்டு மெர்க்குரி லைட் போட முடியாதா என்ன? அதுவல்ல காரணம்!

மனித உடலுக்கு இதயம் போன்றது, ஆலயத்தின் மூலஸ்தானம். அதாவது கருவறை!

'உன்னுடைய மனதுக்குள்ளும் இதே ஆண்டவன் இருக்கிறான். கவனித்துப் பார். இங்கே எரியும் கற்பூர ஜோதியில், அவனுடைய திருவடிவை தரிசனம் செய். உன்னைப் பற்றியுள்ள தீய எண்ணங்களை தீய குணங்களை, இந்தக் கற்பூரம் போலவே மீதமில்லாமல் எரித்துவிடு. உன் மனதுக்குள் இவன் இருப்பதை அறிந்துகொள்வாய்!' என்ற ஞானோபதேசத்தை, சொல்லாமல் செயலில் காட்டுகிறார்கள்.

காரணம் புரியாமல் விளக்குப் போடுவது, துதிப்பது, பூ சாத்துவது என்று செய்யும் பாவங்களைப் பார்த்துத்தான், பொறுக்க முடியாமல் கொந்தளித்தார் சிவவாக்கியர்.

47

'நட்ட கல்லைச் சுற்றிவந்து நாலு புட்பம் சாத்தியே
மொணமொண வென்று சொல்லுகின்ற மந்திரங்கள் ஏனடா?
நட்டகல்லும் பேசுமோ நாதன் உள் இருக்கையில்
சுட்டி சட்டி சட்டுவம் கறிச்சுவை அறியுமோ?'

கறி சமைத்த பாத்திரம், அதன் சுவையை அறியாது. அதுபோல தனக்குள் பரமனைக் கண்டறிய முடியாதவன், வெளியிலும் கண்டுகொள்ள முடியாது.

இன்னும் கூர்மையாகச் சொன்னால்,

'அயமாத்மா பிரம்ம' - *இந்த ஆத்மாவே பிரம்மம்!*

'தத்வமஸி' - *நான் அதுவாக இருக்கிறேன்!*

'அஹம் பிரம்மாஸ்மி' - *நான் பிரம்மமாக இருக்கிறேன்!*

என்று வேதாந்தங்கள் கூறும் நுட்பமான உட்பொருளை, சொடுக்கினாற் போலச் சொல்கிறார் சிவவாக்கியர்.

பாட்டைப் படித்த எத்தனைபேர், அதன் நுட்பத்தை அறிந்தார்கள்; உணர்ந்தார்கள்; பின்பற்றினார்கள்?!

'ஒரே கவலையா இருக்கு, ஒரே கவலையா இருக்குன்னு சொல்றாங்க. அதென்ன ஒரே கவலை? பசியே இல்லைன்னு ஒரு கவலை; சாப்பாட்டுக்கு வழியில்லைன்னு இன்னொரு கவலை. ரெண்டுமே வெவ்வேறு. இவ்வளவு வருஷ அனுபவத்துல, நமக்குப் புரிஞ்சுது என்ன தெரியுமா?' என்று கேட்ட மூலிகை வைத்தியர், மீண்டும் தொடர்ந்தார்:

'கவலைக்குக் காரணம் மனுஷன்; நிம்மதிக்குக் காரணம் கடவுள்!' என்று முடித்தார்.

'அதெப்படி சொல்றீங்க?'

- குறுக்கிட்டது ஒரு குரல்.

சுமார் முப்பது வயது மதிக்கத்தக்க இளைஞர் நின்றிருந்தார்.

'என் பேரு சந்திரசேகர். உடுலைப்பேட்டையில இருந்து வந்திருக்கேன்' என்று தன்னை அறிமுகப்படுத்திக் கொண்டார்.

ஊட்டி, கொடைக்கானல், கோவா என்று உல்லாசப் பயணம் போகக்கூடிய வயது. வந்திருப்பதோ சதுரகிரிக்கு!

சற்றே ஆச்சரியம்தான். அதைவிட, அவர் பேச்சில் தென்பட்ட பக்குவம்.

'சொல்லுங்', 'இல்லங்', 'சரிங்' என்று தொடர்ந்த அவரது வட்டார மொழி, அந்தச் சூழலில் மிகமிக இனிமையாக இருந்தது. அவரது பேச்சில், ஆழ்ந்த தேடல் இருந்தது.

தியானம், பிராணாயாமம்... என்று பல விஷயங்களைப் பற்றிப் பேசினார். அதற்காக அவர் மேற்கொண்டு வரும் பயிற்சிகள், அதன் விளைவுகள் என்று பேச்சின் எல்லைகள் விரிந்தன.

'ஐயா! அடுத்து சந்தன மகாலிங்கருக்கு பூஜை. நீங்க பேசிக்கிட்டே போங்க. நான் வந்துடறேன்!' என்று விடைபெற்றார் பட்டுக்கோட்டை நண்பர். பேசியபடியே நாங்கள் நடந்தோம். வழியில் மின்விளக்குகள் அதிகமில்லை. அதனால், ஓரளவு இருட்டில்தான் நடந்தாக வேண்டும்.

கையிலிருந்த செல், டார்ச் லைட்டாக மாறியது. அவர் கையிலிருந்த லைட்டரிலும் அந்த வசதி இருந்தது. அந்த வெளிச்சத்தில் நடந்தோம். பிறகு, வரிசையாகப் படிகள். சுற்றிலும் இருள்போர்த்திய வனம்; மலை!

பயத்தைவிட, புதுமையான அனுபவம் என்பதால் உற்சாகப்பட்டது மனம்.

முன்பொருமுறை ஆடி அமாவாசையின்போது, இதேபோல் இரவில் தங்கியிருந்த நினைவுகள் மனத்தில் அரும்பின. அப்போது ஒரு சாதுவுடன், விடிய விடிய பேசிக்கொண்டிருக்கும் வாய்ப்பு கிட்டியது. தன்னைப்பற்றி எதையும் சொல்ல விரும்பாத அவர், சலுகைகளைப் பற்றியும், ஏவல் போன்றவற்றைப் பற்றியும், சித்தர்களைப் பற்றியும் விவரித்தார். தமிழில் நன்றாகப் பேசினாலும், தாய்மொழி தமிழல்ல என்பது புரிந்தது.

தம்பி! நான் சொல்றது உனக்குப் புரியுதா? அவ்வளவுதான் வேணும். பாஷை எதுக்கு? நாம நினைக்கிறதை புரிய வைக்கிறதுக்கு. அதுக்குமேல அதுல ஒண்ணுமில்ல. ஊமை பேசற பாஷை என்ன? அதுக்கு என்ன பேரு?

காட்டுவாசிகளோட பாஷை, உனக்குத் தெரியுமா? அங்க போனா என்ன பண்ணுவ?

சைகையிலதான உன்னோட தேவையைச் சொல்லுவே? அதனால, பாஷை என்னன்னு மண்டைய பிராண்டாத. சித்தனுக்கு எல்லா பாஷையும் தெரியும்!'

மனதைப் படித்துவிட்டார் என்பது அவர் பேச்சிலேயே தெரிந்தது. அவரே, தொடர்ந்து பேசினார்.

'பச்சை மரம் எரியுமா? எங்கயாச்சும் கேள்விப்பட்டிருக்கியா? நான் பாத்திருக்கேன். இமாலயத்துல, பனிமலைல இருக்கற ஒரு பச்சை மரம் எரியும்பா. உலகத்துல, நீ பாக்கவும் தெரிஞ்சுக்கவும் நிறைய இருக்கு. அத மறந்துட்டு, கிணத்துத் தவளையா இருக்காத, நிறைய இடம் போ. நிறைய பேர்கிட்ட பேசு. நிறைய தெரிஞ்சுக்க.'

எதற்காக இப்படியெல்லாம் சொல்கிறார் என்று புரிபடவில்லை. ஆனாலும் தொடர்ந்து பல்வேறு இடங்களுக்கு பயணிக்கும் வாய்ப்பு அமைந்தது. இதைத்தான் ஜாதகத்தின் பூர்வ புண்ணியம் என்று சொல்கிறார்களோ? எனது நீண்ட எண்ணத்தை கலைத்தார் சேகர்.

‘சந்தன மகாலிங்கரை நெருங்கிட்டோம்!’ என்றார்.

விநாயகர், சந்தன மகாலிங்கர் சந்நிதிக்கு நேர் எதிரே, மலையின் உயரமான பகுதியில் சென்று அமர்ந்தோம்.

இங்கே, பெண்கள் அமர்ந்து தோத்திரங்களைச் சொல்ல ஆரம்பித்தார்கள்.

இரவு பத்துமணிக்கு மேல் ஆகிவிட்டது. காற்றிலேயே குளிர் நிரம்பியிருந்தது. நாங்கள் அமர்ந்திருந்த இடத்துக்குப் பின்னே வேலி அமைத்திருந்தார்கள். ஏன் என்று கேட்டவுடன், ‘காட்டு விலங்குகள் வராமலிருக்க!’ என்றார்கள்.

வராத பயம் எட்டிப் பார்த்தது. கண்கள், அந்த இருட்டை ஊடுருவ முயன்றன. அப்படியே வளரவேண்டிய நிலையைத் தடுத்தது தேவாரப் பதிகம்!

பொன்னார் மேனியனே! புலித்தோலை அரைக்கசைத்து
மின்னார் செஞ்சடைமேல் மிளிர் கொன்றை அணிந்தவனே!
மன்னே மாமணியே மழபாடியுள் மாணிக்கமே
அன்னே உன்னையல்லால் இனி யாரை நினைக்கேனே!

- உருகி உருகிப் பாடினார் ஒருவர்.

நிலவின் கிரணங்களால் குளிர்ந்த நேரம்! மலைப்பிரதேசம் என்பதால் ஏற்பட்ட குளிர்; சற்றுமுன் பெய்த மழையால் ஏற்பட்ட குளிர்; சிலிர்ப்பூட்டும் காற்றால் உண்டான குளிர்...

- அவ்வளவையும் போக்கியது அந்தப் பாடல்!

சந்தனமும் குளிர்ச்சிதான். அதனால், சந்தன மகாலிங்கரும் குளிர்ந்துதானே இருப்பார் என்றது மனம். அதுமட்டுமல்ல. அன்பே உருவான அம்பிகையின் பிரதிஷ்டையல்லவா! அதனாலும் குளிர்ந்தவர்தான் என்றது அறிவு! அபிஷேகங்கள் ஆரம்பமாகின.

‘சந்தன மகாலிங்கத்துக்கு அரோகரா!’ என்ற கோஷம், சிந்தனையைக் கலைத்தது. விபூதி அபிஷேகக் கோலத்தில் காட்சியளித்தார் சந்தனமகாலிங்கர். அவரது தீபாரதனை நடைபெற்றுக் கொண்டிருக்கிறது.

இரவு பத்துமணியை எட்டிவிட்டதால், நன்றாகவே இருளேறி விட்டது. காற்றிலும் ஈரப்பதம் தெறித்தது. பக்தர்களின் கோஷமும் மணியொலியும், நிசப்தமான அந்தப் பிரதேசத்தை அதிரடித்தன.

‘அடுத்த ஆனந்தவல்லி அம்மனுக்கும், கடைசியா பிலாவடி கருப்பருக்கும் பூஜை நடக்கும்’ என்றார் சந்திரசேகர்.

சந்தனமகாலிங்கருக்கு எதிரே சற்று உயரமான பாதையில் அமர்ந்திருந்தோம்.

‘சாதாரணமா, பாதிராத்திரிக்கு மேல் நடக்கும். இன்னைக்கு 12 மணிக்குள்ள முடிக்கப்போறதா சொல்லிட்டிருக்காங்க!’ என்றும் சொன்னார் சேகர்.

மலைமீது அருள்பாலிக்கும் சந்தன மகாலிங்கம்

பிரகாசித்துக்கொண்டிருந்த முழுநிலவை, நிமிர்ந்து பார்த்தோம். சினிமாவின் கனவுக் காட்சிகளில் புகை வருகிற மாதிரி, நிலாவில் இருந்து அமுத ஒளிக்கற்றைகள் பொங்கி வழிவதைப் போல இருந்தது. நட்சத்திரங்கள் மினுமினுக்கின்றன. மேகங்கள் உலவிக்கொண்டிருக்கின்றன.

'பளீரிடும் இந்தப் பால்நிலவுதான், இன்னும் சிறிது நேரத்தில் கிரகணத்தால் பிடிபடப் போகிறது' என்றது மனம்.

'நிலவு என்றல்ல; ஒவ்வொரு மனமும், ஒவ்வொரு அறிவும் கிரகணத்தால் பீடிக்கப்படுகிறது. துரியோதனனின் மனத்தை பொறாமை என்ற கிரகணம் பீடித்தது; கிரகணங்கள் என்று சொல்லி, அன்றைக்கு எதைத் தெரிந்துகொள்ள வேண்டுமோ அதைத் தெரிந்துகொள்வதில்லை மனிதன்!' என்று நீண்டது சிந்தனை.

51

'சார்! இப்பவே மணி பத்தரையாச்சு. நீங்க என்ன சாப்பிட்டீங்க?' என்றார் சேகர். பயணம் மேற்கொள்பவர்கள், உணவில் கவனமாக இருக்க வேண்டும். கூடியவரை பட்டினி இல்லாமல் இருந்தால் போதும்; வயிற்றை நிரப்பிவிடக் கூடாது என்பது நம் பழக்கம். சாப்பிடாவிட்டால் தோஷ மில்லை என்று தோன்றியது.

சேகருக்கும், சாப்பிடும் மனநிலை இல்லை. சரி, படுக்கப் போகலாம் என்று கிளம்பினோம்.

மனம், சந்தன மகாலிங்கரைப் பற்றி எண்ணமிட்டுக் கொண்டிருந்தது.

7

பார்வதி பூஜித்த சந்தன மகாலிங்கம்

சந்தன மரத்தின் கீழே எழுந்தருளிய காரணத்தால், சந்தன மகாலிங்கம் என்பது ஈசனின் பெயர். சரி. ஏன் எழுந்தருளினார்?

அதற்குக் காரணம், உமையவளின் தவம். அந்த தவத்துக்குக் காரணம் பிருங்கி மகரிஷி!

கைலாயத்தில் நடைபெற்றது இந்தச் சம்பவம்.

அதன் விளைவு, சதுரகிரியில் எதிரொலித்தது.

பனித்தலை முடியனான பரமனும் பர்வத ராஜகுமாரியான தேவியும், தங்களைத் தரிசிக்க வந்த அனைவருக்கும் அருள்பாலித்துக் கொண்டிருக்கிறார்கள்.

தேவர்கள், யட்சர்கள், கந்தர்வர்கள், வித்யாதரர்கள், திக்பாலகர்கள், ரிஷிகள் என்று பலரும், பெருமானையும் தேவியையும் வழிபட்டு, ஆசிபெற்றுத் திரும்பினார்.

தேவியின் கருணை, பெருகிப் பரவிக் கொண்டிருந்தது. வந்தார் பிருங்கி மகரிஷி!

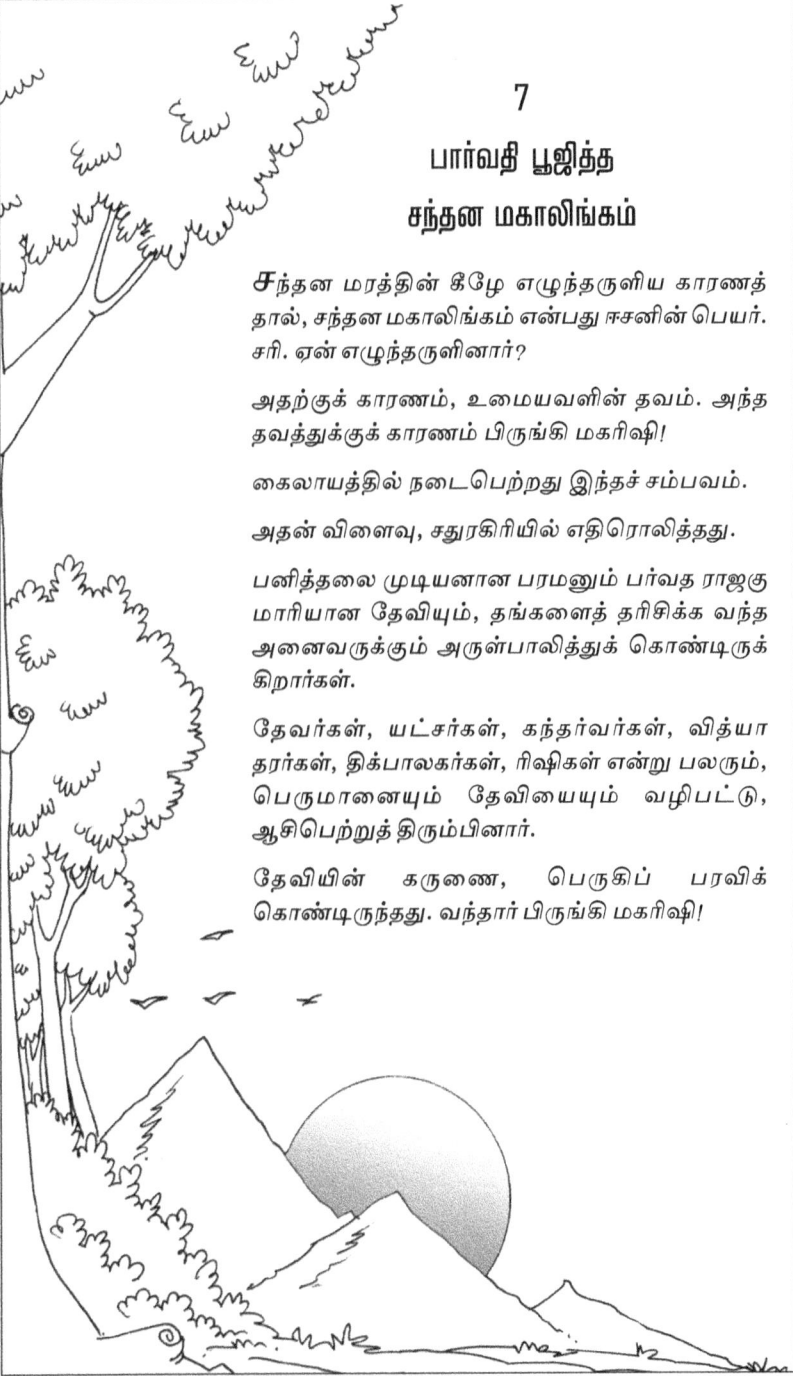

வேதங்களை பிழையறக் கற்றவரும், தவத்தில் சிறந்தவரும், ஞானத்தில் மேம்பாடு உடையவருமான பிருங்கி மகரிஷி, மிகவும் பெருமைக்குரியவர்; உத்தமமானவர்.

அம்மையும் அப்பனுமாக, தேவியும் பெருமானும் வீற்றிருக்கும் சமயத்தில் வழிபட வந்த பிருங்கி மகரிஷி, பெருமானை மட்டும் வலம் வந்து வணங்கினார். பிருங்கியின் செயல், தேவியை ஒருகணம் திகைக்க வைத்தது.

தன்னை வணங்கவில்லையே என்ற ஆதங்கமோ கோபமோ வரவில்லை தேவிக்கு. தன்னையும் பெருமானையும் வேறுபடுத்திப் பிரித்துப் பார்த்து விட்டாரே என்ற ஆதங்கம், பீறிட்டது அவளுக்கு.

'பிருங்கியின் இந்தச் செயலுக்கு என்ன காரணம்?'

ஈசனிடமே இதுகுறித்து கேட்டாள் தேவி.

ஈசனும் சொன்னார். 'தேவி! தங்களின் ஆசை, எதிர்பார்ப்பு, கனவுகள் என்று அனைத்தும் கைகூட வேண்டும் என விரும்புபவர்கள், நம் இருவரையும் வலம் வந்து வழிபட்டனர். ஆனால், மோட்சத்தை மட்டுமே விருமபியவர் பிருங்கி. அதனால், நம்மை மட்டும் வலம் வந்து வழிபட்டான்.

ஈசனின் இந்த பதில், தேவியைக் கோபப்படுத்தியது.

'பிருங்கியே! தவத்தினாலும் அறிவினாலும் மேம்பட்டவன் என்ற மமதையால்தானே, என்னை விலக்கி ஈசனை மட்டும் வலம்வந்து வணங் கினாய். சக்தி இல்லையேல் சிவமில்லை என்பது உனக்குத் தெரியாதா? அல்லது தெரிந்தும் அலட்சியப்படுத்தினாயா?' - பீறிட்ட சினத்துடன், படபடவென்று பொரிந்த உமையவள்,

'தெரிந்து செய்தாய் என்றால், உன் உடலில் உள்ள சதைப் பகுதிகள் எல்லாம் சக்தியின் கூறு என்பது தெரியுமல்லவா உனக்கு? எனவே, அதைத் துறந்திருக்க வேண்டுமே முதலில்!' என்று முடித்தாள்.

பிருங்கி மகரிஷி அயரவில்லை.

தன் உடலில், தசைப் பகுதிகளைத் துறந்தார். எனவே, சக்தியற்றுப் போன அவரால் அதன்பிறகு அசைய முடியவில்லை. அவரது நிலையைக் கண்ட நெற்றிக்கண்ணன், நெஞ்சுருகினான்.

வல்லமைமிக்க ஒரு கைத்தடியை வழங்கினான். அதன் துணையோடு மீண்டும் எழுந்து நடந்தார் பிருங்கி மகரிஷி.

பார்வதியின் மனம் அவமானப்பட்டது; கூசியது; குறுகிப் போனது. தன்னை ஒதுக்கியவனை, ஈசன் தாங்கிப் பிடிக்கிறாரே என்று கொதித்தது. கைலாயத்தில் இருந்து கிளம்பினாள்.

எங்கே? எதற்கு?

தானும் பரமனும் தனித்தனி திருமேனி கொண்டு விளங்கியதால்தானே, பிருங்கி அவரை மட்டும் தனித்து வலம்வந்தான்? ஒரே திருமேனியுடன், சரிபாதி கொண்டு விளங்கினால் இப்படி நடந்திருக்குமா?

அம்மை அப்பன் என்று தனித்தனியாக இல்லாமல், அம்மையப்பனாக இருந்தால்தான் இந்த எண்ணம் மாறும்; வேறு எவருக்கும் இனி ஏற்படாது. அதற்கு வழி, தவம்தான்! தீர்மானித்தது அவள் மனம்.

திசையெங்கும் சென்றவள், சதுரகிரியில் வந்து அமர்ந்தாள்.

பல ஆண்டுகளாக மழையே காணாமல் வறண்டுபோயிருந்த சதுரகிரிக்கு, வசந்தம் வந்தது. சுனைகளில் ஊற்றெழுந்தது; மரங்களில் புதிய தளிர்கள் தோன்றின; செடிகள் கொத்துக் கொத்தாக மலர் சூடிக்கெண்டன. கனிகள் குலுங்கின; காற்றிலும் குளிர்ச்சி தெறித்தது.

இயற்கையின் போக்கில் குறுக்கிடக் கூடாது என்று வறட்சியைத் தாங்கி நின்ற ரிஷிகளும் சித்தர்களும் வியந்தனர். நாம் செய்யாததை வேறு யாரோ செய்திருக்கிறார்கள்; இயற்கையின் வழியில் குறுக்கிட்டிருப்பதாக நினைத்தார்கள். அல்லது வேறு எவரோ பிரவேசித்திருப்பதாக உணர்ந் தார்கள். வந்தவர் யார் என்று அறிந்துகொள்ள அனைவரும் தேடி வந்தார்கள். அவர்களின் பார்வைக்கு, சந்தன மரத்தின் நிழலில் அமர்ந்திருந்த உமையவள் தென்பட்டாள்.

‘தாயே! தங்கள் வரவுதானா, இந்த அதிசயத்துக்கான காரணம்?’ என்று சொல்லி மகிழ்ந்தார்கள். தேவியை உபசரித்தார்கள். அன்னையின் வருகைக் கான காரணத்தை அவர்கள் வணங்கிக் கேட்டார்கள்.

தன்னை விட்டுவிட்டு ஈசனை மட்டும் வணங்கிய பிருங்கி முனிவரின் செயலைக் கூறிய தேவி, ஈசனின் உடலில் இடம்பெறும் பொருட்டு தவம் செய்ய வந்ததாகச் சொன்னாள். ரிஷிகள் வியந்தார்கள். மகிழ்ந்தார்கள். அன்னையும், தான் மேற்கொள்ளவிருக்கும் விரதம் பற்றிச் சொன்னாள்.

அதுதான், புகழ்பெற்ற கேதாரேஸ்வர விரதம்!

இந்த விரத காலத்தில், தான் பூஜிப்பதாக சந்தனமரத்தின் கீழே ஒரு லிங்க மூர்த்தியை பிரதிஷ்டை செய்தாள் உமையவள். அவரே, சந்தன மகாலிங்கர்.

சந்தன மகாலிங்கத்தை பூஜை செய்ய ஆரம்பித்தாள் தேவி. அதற்கான சங்கல்பத்துடன் விரத பூஜையைத் தொடங்கினாள். 21 நாள்கள் கடுமையான விரத பூஜை. மனமொன்றி நியதி மாறாமல் நிகழ்ந்த பூஜை இது!

புரட்டாசி மாத வளர்பிறை தசமி முதல் ஐப்பசி மாத அமாவாசை வரையில் தொடர்ந்து பூஜை!

தினந்தோறும் அபிஷேகம். அலங்காரம், தேங்காய், வெற்றிலை, பாக்கு, பழம், அதிரசம் என்று நிவேதனங்கள். 21 நூலிழைகளை ஒன்றாக்கி, 21 முடிபோட்டு அதையும் ஜபித்து உருவேற்றினாள்.

தன் நாயகனின் நினைவில் தோய்ந்தவளாக வழிபாட்டில் ஆழ்ந்தாள். அன்னையின் விரதமும் பூஜையும் மகேசனை மகிழ்வித்தன. ரிஷபாரூடனாக வெளிப்பட்டார் கைலாய நாதன். தேவி மனம் மகிழ்ந்தாள். ரிஷிகளும் சித்த புருஷர்களும் உள்ளம் குளிர்ந்தனர்.

'தேவி! என்னில் சரிபாதியாக விளங்கவேண்டும் என்பதுதானே உன் விருப்பம்? அப்படியே ஆகட்டும்!' என்று சொன்னார் சிவபெருமான். அர்த்த நாரீஸ்வரனாக காட்சி தந்தனர், பரமனும் தேவியும்! அனைவரும் ஆனந்தப் பட்டனர்.

'சந்தன மகாலிங்கத்துக்கு அரோகரா!' என்ற கோஷம் சிந்தனையைக் கலைத்தது. விபூதி அபிஷேகக் கோலத்தில், ஜொலித்தார் சந்தன மகாலிங்கர்.

சந்தன மகாலிங்கருக்கு, இப்போது தீபாராதனை நடைபெற்றுக் கொண்டிருக்கிறது.

இரவு பத்து மணிக்கு மேல் ஆகிவிட்டது. பகலிலையே இருள் காட்டும் இந்தக் காட்டுப்பகுதி, இரவில் மைபூசிய மாதிரி தென்பட்டது.

கணீரென்று எழுந்த மணியொலியும் பக்தர்களின் கோஷமும், அந்தப் பிரதே சத்தை அதிரவைத்தன.

'அடுத்து ஆனந்தவல்லி அம்மனுக்கு பூசை. கடைசியா, பிலாவடி கருப் பருக்கு நடக்கும்' என்று சொல்லிக்கொண்டிருந்தார் ஒருவர்.

இந்த இரவில், அவ்வளவு தூரம் மலைப்பாதையில் சென்று பூஜிப்பார்கள் என்ற செய்தியே ஆச்சரியமாக இருந்தது. 'அவ்வளவு தூரமா?' என்றோம்.

'இதுலயே ஆச்சரியம்னா, சிவராத்திரி அன்னிக்கு பெரிய மகாலிங்கத்துக்குப் பூஜை நடந்துச்சு. அதை எப்படி நினைப்பீங்க?' என்று கேட்டார் அடுத்தவர்.

நாம் போனதில்லை என்பதால், அதன் சிரமம் என்னவென்று புரியவில்லை.

'நாளைக்குக் காலைல, தவசிக்கு நீங்களும் வரீங்களா?' என்றார் சேகர்.

தவசி என்று அவர்கள் சொல்வது, தவசிப்பாறை அல்லது தபசுப் பாறை! சித்த புருஷரான காலாங்கி நாதர் தவம் செய்த குகை. அதைத்தான் தவசுப் பாறை என்று குறிப்பிடுகிறார்கள்.

இவர் சீனாவில் சமாதி அடைந்தார். பழநியில் நவபாஷான முருகனை ஸ்தாபித்து, அங்கேயே தன்னுடைய அதிஷ்டானத்தை அமைத்துக்கொண்ட போகரின் குரு, இந்தக் காலாங்கி நாதர்!

மூலிகைகளைக் கொண்டு தைலம் உருவாக்கி, அதன் மூலம் தங்கத்தைத் தயாரித்தவர். மீதமிருந்த தைலத்தை பத்திரப்படுத்தி, அதற்குக் காவலாக கருப்பண்ணன், பேச்சி, காளி ஆகிய தெய்வ சக்திகளை அமைத்தவர்.

அதிகாலை நேரத்தில், சுந்தரமகாலிங்கர் சந்நிதிக்குப் பின்புறமாகச் செல்லும் பாதை வழியே மேலேறிக் கொண்டிருக்கிறோம்.

இருள் இன்னும் விலகவில்லை. கையில் நீண்ட கம்பு ஒன்றை ஏந்திச் செல்கிறோம்.

'சார்! சருகு அதிகமா கொட்டிக்கிடக்கு. பதமா நடந்து வாங்க. நான் போற வழியிலேயே வாங்க. விலகிப் போகாதீங்க!'

கையில் இருந்த கம்பை ஊன்றியபடியே நடந்தோம். சருகுகளை மிதித்த படியே கவனமாக நடக்கிறோம்.

'இங்க ஆழமா இருக்கு, பாத்து வாங்க!'

அவரைத் தொடர்ந்து சென்ற நாம், கம்பைச் சற்று தள்ளி ஊன்றியபடியே, காலை வைத்தோம். மறுகணம் -

சரசரவென்று ஒரு சப்தம். சருகுகளுக்குள் ஓர் அசுர இயக்கம்!

ஊன்றிய கால், கிட்டத்தட்ட முட்டிவரை சருகுக்குள் மறைந்து இருக்கிறது. கீழே ஓடுவது என்ன? காலை எடுக்கலாமா கூடாதா?

கேள்விகள். பதற்றம்!

முன்னால் சென்ற நண்பர் நின்றார்; திரும்பி வந்தார். அவர் கையிலிருந்த டார்ச் ஒளி, பாதையை வருடியது.

அதற்குள் சருகுக்குள் தென்பட்ட அசைவு, வெகுதூரம் சென்று ஓய்ந்து விட்டது.

'கவனமா பாத்து வாங்கன்னு சொன்னது இதுக்குத்தான்!' என்ற நண்பரைத் தொடர்ந்தோம். பயணத்தின் ஆர்வம், பயமா உருப்பெற்றுவிட்டது.

அதனால், ஒவ்வொரு சப்தமும் ஒவ்வொரு அசைவும் எச்சரிக்கையை மட்டுமே ஏற்படுத்தியது. சூழலின் அழகை ரசிக்க முடியாமல் செய்து விட்டது.

இன்னொரு முறை இங்கு வரவேண்டும் என்ற ஆர்வத்தை ஏற்படுத்தியது.

'வரீங்கதானே?' சேகரின் குரல் மீண்டும் ஒலித்தது.

'போனமுறை வந்தப்பவே தவசிக்குப் போயிட்டேன். இந்த முறை யானைப் பள்ளம், சித்தர் குளம்லாம் போகலாம்னு சொன்னாங்க. இன்னிக்கு மதியமா கேட்டப்ப, யானைங்க நடமாட்டம் அதிகமா இருக்கு. அடுத்தமுறை போகலாம்னு சொல்லிட்டாங்க!' என்றபடியே எழுந்தார் சேகர்.

மீண்டும், தங்குமிடத்தை நோக்கி நடந்தோம்.

சுந்தரமகாலிங்கர் ஆலயத்தை அடுத்து அமைந்திருந்தது தங்குமிடம். யாத்ரீகர்கள் தங்குவதற்கு இங்கே அனுமதி இலவசம்தான். விசாலமான மண்டபம் அது. தரையில் சாக்குகளை விரித்துப் படுத்துக்கொள்ள வேண்டியதுதான்.

இயற்கை எழிலில் அனந்தவல்லி அம்மன்

சாதாரணமாக எழுபத்தைந்து பேர் வரை தங்கலாம். இதுபோல், பல இடங்கள் இங்கே இருக்கின்றன. மடங்கள் இருக்கின்றன. தங்குவது ஒன்றும் பிரச்னையில்லை. ஆனால், கழிப்பிடம், குளியலறை என்றெல்லாம் அமைக்கப்படவில்லை.

காற்றிலேயே சிலிர்ப்பு இருந்தது. சூடாக, ஏதாவது சாப்பிட்டால் பரவாயில்லை என்று தோன்றியது. வழியிலிருந்த கடையில் நின்ற சேகர், 'அண்ணே! ரெண்டு சுக்கு கொடுங்க!' என்றார். சுக்கு காபியைப் பருகினோம். மெலிதாகப் பரவிவிட்ட குளிருக்கு இதமாக இருந்தது அந்த காபி.

'ஏண்ணே! காலையில எட்டு மணிக்கு தவசிக்குக் கிளம்பணும். கிட்டத்தட்ட பத்து பேருக்கு டிபன் வேணும்.'

சேகர் சொல்ல, 'சரி தம்பி!' என்றார் கடைக்காரர்.

58

மீண்டும் நடந்து, மண்டபத்தை எட்டினோம்.

பல்வேறு இடங்களில் இருந்து வந்திருந்த அன்பர்கள், வரிசையாகப் படுத்திருந்தார்கள்.

வெவ்வேறு ஊர்களில் இருந்து வந்தவர்கள்; பரஸ்பரம் அறிமுகம் இல்லா தவர்கள்; ஆனாலும், எந்த வேறுபாடும் இல்லை அவர்களிடம்!

சேகரும் நாமும் படுத்துக்கொண்டோம்.

சங்குகளின் முழக்கமும், மணிகள் ஒலிப்பதும் கேட்டது. ஆனந்தவல்லி அம்மைக்கு பூஜை நிகழ்ந்துகொண்டிருப்பது புரிந்தது.

'பகலில் நடப்பதே பெரும் வேலை. அப்படிப்பட்ட பாதையில் சென்று, பிலாவடி கருப்பனுக்கு இரவில் பூஜிப்பார்களாமே! நாமும் சென்றிருக் கலாமோ' என்று தோன்றியது.

8

துறவியைத் துரத்திய காடி

'எல்லாரும் எழுந்திருங்க. பிரசாதம் வாங்கிக்குங்க!'

மணி, இரவு பன்னிரண்டு.

தூக்கிவாரிப் போட்டது நமக்கு.

அநேகமாக, அனைவருமே எழுந்தார்கள்; எழுப் பப்பட்டார்கள். பெரிய வாளி நிறைய பாயசம்!

'இன்னும் கொஞ்சம் சாப்பிடுங்க' என்று அன்போடு பரிமாறினார்கள்.

'தன்னைப் பார்க்க வந்தவர்கள் வெறும் வயிறோடு படுக்கக் கூடாது' என்ற மகாலிங்கரின் கருணை யின் வெளிப்பாடு என்றும், உணர்வு மேலிட்டது. சாப்பிட்டோம். ஆனால், தூக்கம் வரவில்லை.

விழித்துக்கொண்டவர்கள், காலை புறப்படுவது பற்றி பேசிக் கொண்டிருந்தார்கள். சலசலப்பு எழுந்தது. புரண்டு படுத்தோம்.

பனிக்காலமானதால், குளிர் ஆரம்பித்தது. நல்லவேளையாக, சென்னையைப் போல

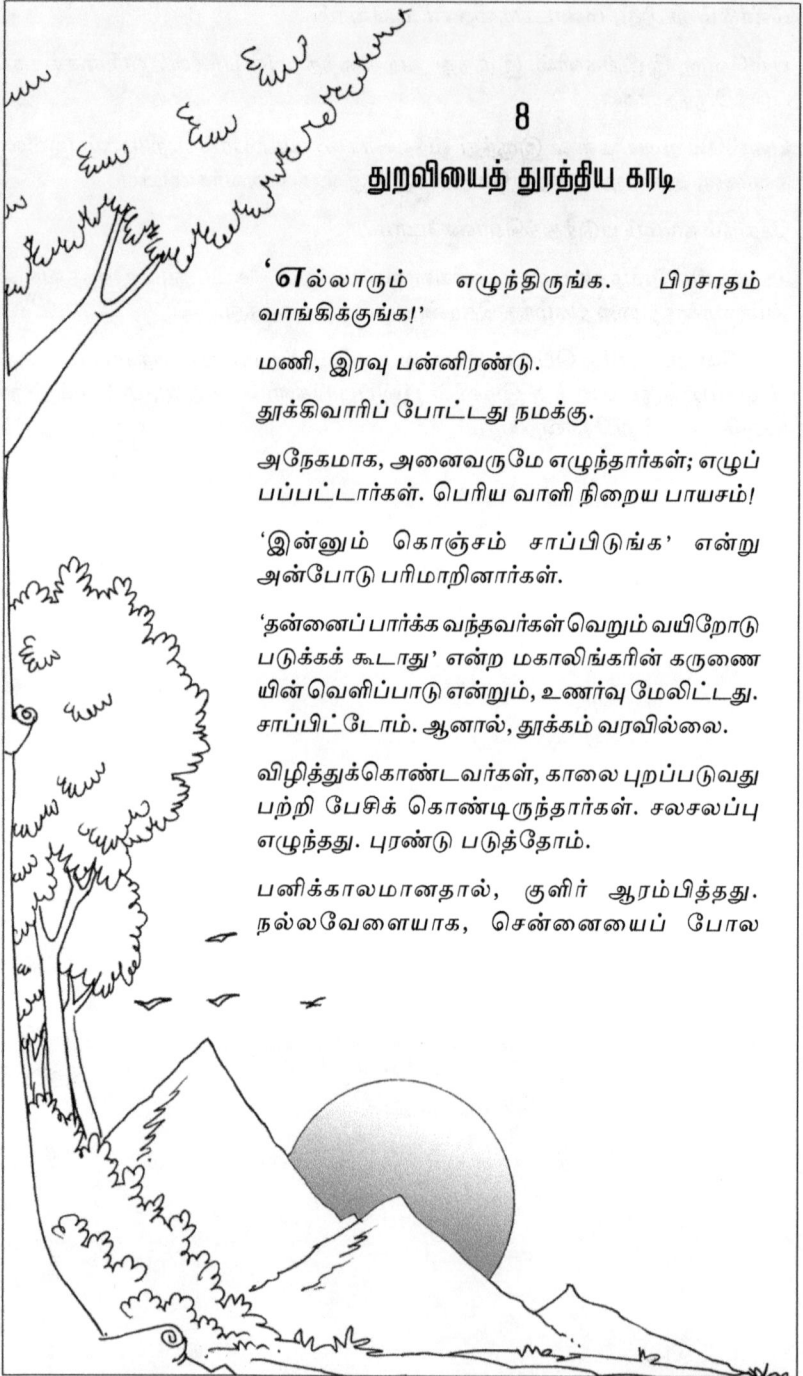

கொசுக்களின் கீர்த்தனைகளோ இஞ்சக்ஷனோ இல்லை. இத்தனைக்கும், செடி கொடிகளும் மரங்களும் நிரம்பிய காடு சூழ்ந்த பகுதிதான்!

தூக்கம், வர மறுத்தது.

பூண்டி மகான், ஒரே நேரத்தில் வெவ்வேறு இடங்களில் நடப்பவற்றைக் கவனித்து, பக்தர்களைக் காப்பாற்றினார்; நமசிவாயர், அருணகிரியில் இருந்தபடியே சிதம்பரத்தில் பற்றிய தீயை அணைத்தார்; குற்றாலத்தின் மௌன ஸ்வாமிகள், ஒரே சமயத்தில் வெவ்வேறு இடங்களில் தென்பட்டார் என்றெல்லாம் மகான்களைப் பற்றிப் படித்த விஷயங்கள் மனத்தில் ஓடின.

சித்தர்கள், தாங்கள் அடைந்த சக்தியால் மனிதகுலத்துக்கு மேன்மையை வழங்கினார்கள்; நல்வழி காட்டினார்கள். ஆனாலும், குறுகிய எண்ணம் கொண்டவர்களிடம் தங்களின் கண்டுபிடிப்புகள் சேர்ந்துவிடக் கூடாது என்பதிலும் கவனமாக இருந்தார்கள்.

அதனால்தான், இப்படிப்பட்ட இடங்களில் வசித்தார்கள்; மூலிகைகளை பரிபாஷைகளில் குறிப்பிட்டார்கள். தயாரிப்பு முறைகளையும் மறைத்துச் சொன்னார்கள். சிந்தனை, உறக்கத்தில் சென்று முடிந்தது.

கண் விழிக்கும்போது, பொழுது விடிந்திருந்தது.

பலரும் குளித்து, மகாலிங்கரை தரிசிக்கச் சென்றுவிட்டார்கள். வேறு சிலர் புறப்பட்டுக் கொண்டிருந்தார்கள்.

உடுமலைப்பேட்டை நண்பர்களான சந்திரசேகர், வெங்கடசாமியோடு நடந்தோம். தேநீர் பருகிவிட்டு, அருவியை நோக்கி நடந்தோம்.

இளங்காலைக் கதிரவனின் கிரணங்கள், மலையை மூடியிருந்த பனியை மெல்ல மெல்ல விலக்கிக் கொண்டிருந்தன. பறவைகள், இசை பயின்று கொண்டிருந்தன.

பளிங்குபோல் பாய்கிறது ஓடை. வெட்டவெளிதான்! ஆனாலும், தூசியோ அழுக்கோ இல்லாமல் தெளிந்திருக்கிறது நீர்.

'மனித புத்தியும் இப்படித்தான். ஓய்வில்லாமல் இயங்கும்போது, பளிச்சென்று இருக்கும்!' என்று சொல்வது போலத் தோன்றியது.

பிலாவடி கருப்பர் சந்நிதியைக் கடந்து, ஓடைநீர் அருவியாய் விழும் பகுதியை எட்டினோம். வாளியில் தண்ணீர் பிடித்துக் குளிப்பதற்கு மாறாக, ஓடிவரும் நீரில் குளிப்பது சுகமான அனுபவம்!

நீரின் குறுக்கே கையை மறித்து, பாறையோடு சாய்ந்து, உடல் எங்கும் அந்த நீர் வேகமாய்ச் சிதறும்போது, மேனி சிலிர்க்கிறது. ஷவர் போட்டுக் குளித்தாலும், இந்தச் சுகம் வராது.

கருப்பர் சந்நிதிக்குப் போகும் வழியில், சொன்னார் சேகர்:

'பட்டுக்கோட்டைக்காரர் ஊருக்குப் போயிருப்பார் போல. சந்தன மகாலிங்கத்துக்கு வரலையில்ல!' சொல்லி முடிக்கும்போது, கருப்பர் சந்நிதியை எட்டினோம்.

உள்ளே திரும்பினால், அந்தப் பட்டுக்கோட்டை மருத்துவர் கற்பூரம் ஏற்றிக் கொண்டிருந்தார். கருப்பரை வணங்கிக் கிளம்பும்போது சொன்னார்.

'வர்ற பௌர்ணமிக்கு திருச்செந்தூர்ல இருப்பேன். அதுக்கு அடுத்த பௌர்ணமியில சந்திப்போம்!' என்றும் சொன்னார். அவரிடம் விடை பெற்று மீண்டும் நடந்தோம். உடைமாற்றிக் கொண்டோம். கடைக்காரர் கணேசன், சப்பாத்தி தயாரித்திருந்தார்.

கரூரில் இருந்து ஐந்து பேர், திருச்செந்தூரில் இருந்து மூவர், உடுமலைப் பேட்டையில் இருந்து இருவர், சேலம், மோகனூரில் இருந்து சக்தி முருகன் மற்றும் கைடு என்று பதிமூன்று பேர்...

'கைல, பாட்டில்ல தண்ணி எடுத்துக்கங்க. பிஸ்கட் பாக்கெட், வடை, பஜ்ஜின்னு ஏதாவது வெச்சுக்கங்க. மலை ஏறினவுடனே கடுமையா பசிக்கும்!' - அனுபவப்பட்டவர்கள் சொன்னார்கள்.

பூமாலை, சூடம், ஊதுவத்தி தவிர நாலு பாக்கெட் பிஸ்கெட், வாழைப்பழம், பஜ்ஜி, வடை என்று சிறுமூட்டை தயாரானது.

'நேத்தெல்லாம் வழில யானைங்க இருந்துச்சு. அதான், லேட்டா போகலாம் னேன். வெயில் ஏறிட்டா, காட்டுக்கு உள்ளாற போய்ரும்!' என்றார் கைடு.

கிளம்பத் தயாரானோம். நம்மை அழைத்து ஒரு இலையைக் கொடுத்து, சாப்பிடுங்க என்றார் கணேசன். பார்க்க, பப்பாளி இலையின் வடிவை நினைவுபடுத்தியது. சாப்பிட்டபோது, கற்பூரச் சுவையுடன் இன்னதென்று விவரிக்க இயலாத சுவையும் இருந்தது. என்னவென்று வினவினோம். 'நாராயணவல்லி - உடம்பு பலத்துக்கு!' என்று சொன்னார் கணேசன். இது பயணத்துக்கான முன்னோட்டம் என்று தோன்றியது.

மணி பத்து.

கைடுடன் இரண்டு நாய்கள்.

அவர் முன்னே செல்ல, ஒருவர் பின் ஒருவராக நடந்தோம். சுமார் பத்து நிமிடத்துக்குள் அந்தப் பயணம் எப்படிப்பட்டது என்று புரிந்துவிட்டது. முக்கியமாக, காலில் செருப்பில்லாமல் செல்லக் கூடாது என்று அடுத்தடுத்து குத்திய முள் அறிவுறுத்தியது.

தவசிப்பாறையை நோக்கிச் செல்லும் வழி, வேறொன்று உண்டு. அதில் நுழைந்தவுடன், இடதுபுறம் செல்லும் பாதையில் திரும்பினோம்.

இரண்டு பக்கமும் உடம்போடு உரசுகின்றன செடிகள். மிகத் துல்லியமான ஒற்றையடிப் பாதை!

'பாத்து வாங்க. வெள்ளை விநாயகர், நடுக்காட்டு நாகர், பெரிய மகாலிங்கம், கோரக்கர் சுவடி எழுதின இடம், தவசிப் பாறைன்னு வரிசையா பாக்கப் போறோம். முள்ளுச் செடிக இருக்கும். எதையும் புடிச்சிடாதீங்க. சில செடிக மேல பட்டா, உடம்பு தடிச்சுப் போயிரும். சில இடம் சறுக்கும். கவனமா பாத்து வாங்க!'

- சொன்னபடியே சரசரவென்று நடந்தார் கைடு.

அவருக்கு முன்னால் பாய்ந்தோடின அவரின் நாய்கள். செடிகள் சிலவற்றின் சிறு கிளைகள் குறுக்கே நீண்டிருந்தன. புதர்கள் அடர்ந்திருந்தன. சின்னஞ்சிறு வயலட் நிறப் பூக்கள் கொத்து கொத்தாகப் பூத்திருந்தன.

'வெளிநாட்டுக்காரர் ஒரு தடவை தனியா வந்திருந்தார். அவரைக் கூட்டிக்கிட்டு இப்படித்தான் காட்டுக்குள்ள வந்துகிட்டிருந்தேன். அவருக்கு ரொம்ப உற்சாகமா இருந்துச்சு. நல்லா வேடிக்கை பாத்துண்டே வந்தாரு. திடீர்னு பாத்தா, சரேல்னு குறுக்க வந்துருச்சு யானை!

தெறிச்சு ஓடினோம். அவரைக் கொண்டுபோய், ஒரு பாறை இடுக்குல ஒளிய வெச்சேன்.

'நான் வெளிய வந்து கூப்பிடற வரைக்கும் வரக் கூடாது'ன்னு சொல்லிட்டு நான் ஓடி ஒளிஞ்சுகிட்டேன். கிட்டத்தட்ட ரெண்டு மணி நேரம் கழிச்சு, அவரை வெளியில கூட்டிக்கிட்டு வந்தேன்!'

அனுபவங்களைச் சொன்னபடியே முன்னால் நடந்தார் பெருமாள்.

'யானை மட்டும்தானா? இங்க வேற மிருகம் எதுவும் இருக்கா?' என்றார் ஒருவர்.

'ம். மான், முயல், முள்ளம்பன்றி, நரி, காட்டு ஆடு, பாம்பு, கீரி, உடும்பு, கடுவாய், கரடின்னு நிறைய இருக்கு.'

'புலி வருமா?'

'ம். அதெல்லாம் அவ்வளவா வெளியில வராது. ஆனா, கரடி சாதாரணமா வரும்!'

அதைக் கேட்டவுடன், வயிற்றுக்குள் லேசாக ஏதோ புரளுவது போன்ற உணர்வு!

'இங்கல்லாம் வருமா?' என்றார் இன்னொருவர்.

'இங்கு மட்டுமில்லே, கோயில் கிட்டவே வந்திருக்கு!' என்றவர், ஒரு சம்பவத்தையும் விவரித்தார். அதைக் கேட்டவுடன், பயணத்தில் இருந்த ஆர்வம், திகிலாகவும் மாறியது.

'ஒருமுறை, சந்தன மகாலிங்கர் கோயிலை அடுத்துள்ள காட்டுக்குள்ளே அதிகாலை வேளையில் சென்றார் ஒரு துறவி.

கோரக்க சித்தர் தவமிருந்த இடம்

புகைபிடித்தபடியே காட்டினுள் சற்று தூரம் சென்றுவிட்ட அவர், ஒரு மரத்தின்கீழ் நின்று புகையை ஊதினார். மீண்டும் மீண்டும் ஊதிக்கொண்டே நின்றார்.

அந்த மரத்தின் மேல், ஒரு கரடி தன் குட்டியுடன் உட்கார்ந்திருந்தது. இருள் படிந்திருந்ததால், அது அவருக்குத் தெரியவில்லை.

அவர் ஊதிய புகை, அந்தக் கரடிக்கு அலர்ஜியாகிவிட்டது. அல்லது அவரால் ஏதோ ஆபத்து என்று கரடி நினைத்துவிட்டது.

மறுகணம், மேலிருந்து குதித்தது கரடி; விட்டது, ஓங்கி ஓர் அறை!

'ஆ' என்று அலறினார் துறவி. அவரது தாடை பெயர்ந்து பற்கள் சிதறின. மேலும் இரண்டு முறை தாக்கிய கரடி, குட்டியுடன் காட்டுக்குள் ஓடி மறைந்தது.

அவருடைய அலறலைக் கேட்ட சிலர், ஓடிச்சென்று அவரைக் காப் பாற்றினார்கள். அறுவை சிகிச்சை செய்து காப்பாற்றிவிட்டார்கள். ஆனால், வாய் இன்னும் சரியாகவில்லை' என்று சொல்லி முடித்தார் கைடு.

இந்தச் செய்தியல்ல நமக்குத் திகில் தந்தது. வேறென்ன?

நாம் நேற்றிரவு சந்தன மகாலிங்கரின் அபிஷேகங்களைப் பார்க்க அமர்ந்திருந்த பாறைப் பகுதிக்கு அருகேதான், இந்தச் சம்பவம் நடந்திருக்கிறது.

அதனால்தான், வயிற்றுக்குள் பூச்சிகள் பறக்க ஆரம்பித்தன.

குறுகிய பாதை என்றாலும், சட்சட்டென்று ஏற்றமும் சரிவுமாக நீண்டது பாதை. எங்கிருந்தோ காட்டுக்கோழிகள் சப்தித்துக் கொண்டே இருந்தன. புதர்களில், அசைவு இருந்துகொண்டே இருந்தது. சில இடங்களில், நேற்றிரவு பெய்த மழையால் மண் அழுத்தியது; சரிந்தது.

முட்கள் உள்ளங்காலில் புதைந்தன.

அடர்ந்த கிளைகளோடு கூடிய பெரும் மரங்கள், சூரிய ஒளியையே உட்புக முடியாமல் மறிக்கின்றன. இரண்டு பேர், இரண்டு கைகளையும் கோர்த்தாலும் போதாத பெரும் சுற்றளவு கொண்ட மரங்கள். நுணா, வேம்பு, வேங்கை, அகில், சந்தனம், தேற்றா, எட்டி என்று பல பெயர்களை நாம் கேட்டிருக்கிறோம்.

ஆனால், பார்த்தவுடன் 'இன்ன மரம்' என்று சொல்லும் அனுபவமில்லை என்பது மட்டுமல்ல; நாம் கேள்விப்படாத மரங்களும் உண்டு என்று தெரிந்தது. அனுபவத்தில்!

9

ஆகாயம் மேலே, பாதாளம் கீழே!

இலைகளும் குச்சிகளுமாக விழுந்து கிடந்தன. வண்ண வண்ண மலர்கள், ஆரஞ்சும் மஞ்சளும் கலந்த மாதிரி, வெள்ளையும் சிவப்பும் கலந்த மாதிரி, தனித்தனியாக கொத்துக் கொத்தாகப் பூத்து நின்றன. மேடும் சரிவுமாக ஏறி இறங்கிய பாதை, பெருமூச்சு வாங்க வைத்தது.

'சரி. தண்ணி வேணும்னா, இங்க புடிச்சுக்கங்க' என்றார் கைடு. அந்த இடத்தில், இலைகளும் பூக்களுமாக விழுந்து மட்கிப் போய் கறுப்பாக இருந்தது. 'இங்கா?' என்று பார்க்கும்போது, சற்றுத் தொலைவில், பளிங்குபோல் விழுந்து கொண்டிருந்தது நீர். பாட்டிலில் பிடித்துக் கொண்டு நடந்தோம்.

அடர்ந்த வனம் மீண்டும். உள்ளே மரத்தடியில் ஒரு பிம்பம். அதற்கு மாலை சூட்டி, வழிபாடு ஆரம்பித்தது. கற்பூர தீபம் ஏற்றினார், மோகனூரைச் சேர்ந்த ஜோதிடர் சக்தி முருகன். சற்றுநேரம் அங்கேயே இளைப்பாறினோம்.

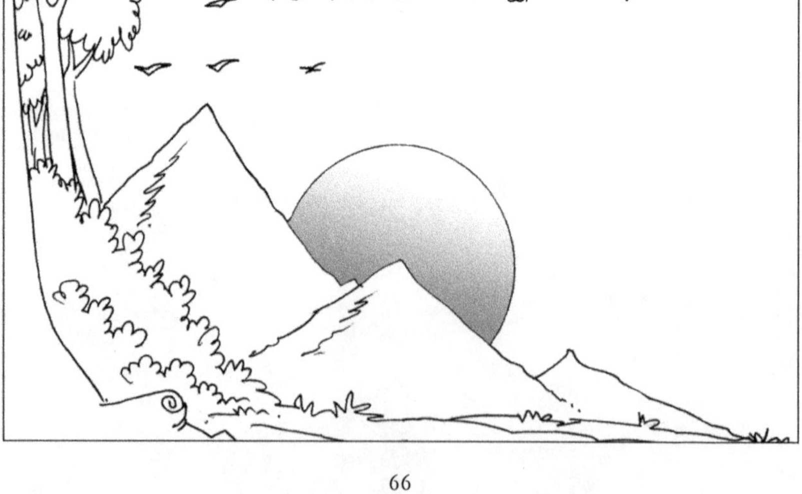

அடிபெருத்து கம்பீரமாக நின்றன மரங்கள். சூரியனின் ஒளி, இலைகளின் வழியே வெள்ளிக் காசுகளாக சிதறியது. காலை 11.30 மணிக்கு, 4.00 மணிக்குரிய தன்மையை உணர்த்தியது காடு. 'ஏறழிஞ்சில், கணையெருமை, கருநொச்சி, உதிர வேங்கை, சந்தனம், வேம்பு, ஆல், வாதா, அரசு என்று பலவகையான மரங்கள் அங்கே இருக்கின்றன. செங்கடுக்காய் மரம், வெள்ளைபுனல் முருங்கை மரம், உரோம விருட்சம் ஆகியவை அபூர்வ மானவை. சித்தர்கள் தங்கள் உடல் வன்மைக்கு, இத்தகைய மரங்களின் பட்டை, காய், பால் போன்றவற்றைப் பயன்படுத்துவார்கள். அவற்றைப் பயன்படுத்தும் விதத்தை, தங்களுக்குள் பரிமாறிக் கொண்டார்கள்' என்றெல்லாம் படித்த விஷயங்களை மனம் அசைபோட்டது.

கைடுடன் வந்திருந்த நாய்கள், காட்டுக்குள் திசைக்கொன்றாக ஓடின. அவை ஓடிய பகுதிகளில் இருந்து, குரங்குகளும் பறவைகளும் பேரொலி எழுப்பின. சற்றுநேரத்தில் அவை மீண்டும் ஓடிவந்தன.

நடக்கத் தொடங்கினோம்.

சற்றே விஸ்தாரமான அந்தப் பாதை மீண்டும் குறுகியது. ஒரு மரத்தை தொட்டுக்காட்டிய கைடு சொன்னார்:

'இதுதான் கண்திருஷ்டி மரம். இதோட பட்டைய, வீட்டு வாசல்ல கட்டித் தொங்கவிட்டா, திருஷ்டி வராதுன்னு சொல்வாங்க. இந்தப் பட்டைய கல்லுல உரசினா, சந்தனம் மாதிரி வரும். அதை முகத்துல வர்ற கொப்புளம் மாதிரி இடங்கள்ல தடவினா, அப்படியே அடங்கிடும். அப்புறம் வராது!'

'இரும்பு படாமல் பட்டைகளை உரித்து, சூரணம் செய்து தேனில் குழைத்துச் சாப்பிட்டால், தேகம் சித்தியாகும்!' என்று சித்தர்கள் சொல்லியுள்ள விபரங்கள் மனத்தில் எழுந்தன.

இந்த மரத்துக்கு அவர்கள் சொன்ன பெயர் வேறாக இருக்கலாம்.

அவர்கள் சொன்னதெல்லாம் பரிபாஷைதான். மஞ்சள் கரிசலாங்கண்ணி என்று சொல்லாமல், பொற்றவைக் கரையான் என்பார்கள். பொற்றலைக் கையாந்தகரை என்றும் சொல்வார்கள்.

பெரு நெருஞ்சில் என்று சொல்லாமல், ஆனை வணங்கி என்பார்கள்; தேள் கொடுக்கி என்பார்கள்.

விஷயம் புரியாமல் தலையிட்டால், விவகாரம்தான்.

வேடிக்கையான ஒரு விஷயத்தையும் நினைவுபடுத்திக் கொள்ளலாம்.

சித்தர் பாடல்களைப் படித்து, வைத்தியம் செய்ய முனைந்தார் ஒருவர். குறிப்பிட்ட ஒரு நோய்க்கு சித்தர் சொன்ன மருந்து என்ன தெரியுமா?

'இரு குரங்கின் கைச்சாறு எடுத்து' என்று ஆரம்பித்தார் சித்தர். படித்த அறிவாளி, குரங்கைத் தேடிப் பிடித்தார். இரண்டு குருங்குகளின்

முன்கால்களை ஒடித்து, சாறு பிழிந்தார். அதைப் பார்த்த ஒருவர் அதிர்ந்துபோனார்.

'அடப்பாவி! இந்தக் குரங்குகளை ஏன் கொன்றாய்? அதன் கால்களை ஏன் ஒடித்தாய்? அவை என்ன பாவம் செய்தன?' என்றும் கேட்டார்.

'நான் காரணமில்லாம பண்ணலை. சித்தர் சொன்னபடிதான் செஞ்சிருக்கேன்' என்றான் அவன். அவன் சொன்னதைக் கேட்டவர், அதிர்ந்துபோனார்.

'அட முட்டாளே! அதுக்கு அர்த்தம் இது இல்லடா! 'குரங்கு'க்கு, 'முசு'ன்னு ஒரு வார்த்தை உண்டு. இரு குரங்குன்னா 'முசுமுசு'. கை சேர்த்தா, முசுமுசுக்கை. அந்த முசுமுசுக்கையோட சாறுன்னு அர்த்தம்'னார். அவன் நொந்து போனான்.

ரெண்டு குரங்கு செத்ததுதான் கண்ட பலன்.

அதனால், சித்தர்களின் வார்த்தைகளை மிகச் சரியாக உள்வாங்கிச் செயல்பட வேண்டும்.

நடை தொடர்ந்தது.

வழியில், முட்செடிகள் நீண்டிருந்தன.

ஆங்காங்கே, பாறைகளின் முண்டுகள் உயர்ந்து நின்றன. காட்டுச் செடி கொடிகள் ஏகமாக மண்டியிருந்தன. குகைக்குள் செல்வதுபோல, ஓரளவு குனிந்தபடியே நடக்க வேண்டியிருந்தது. முழங்காலுக்கு மேல் உயர்ந்து, அடர்ந்திருந்தது காட்டுப்புல். சற்றே மஞ்சள் பாய்ந்திருந்தது.

நேஷனல் ஜியாகிரஃபிக் சேனலில், சிறுத்தை இப்படியொரு புல்வெளியில், பதுங்கிப் பதுங்கி வருவதைப் பார்த்த நினைவும் வந்தது. ஒவ்வொரு அடி வைக்கும்போதும், திகிலேறுவது போன்ற உணர்வு! ஆனால், பலரும் பேசிக் கொண்டே சென்றதால், சிந்தனை மாறுபட்டது.

வெள்ளியங்கிரி மலையேறிய அனுபவம், பர்வத மலை ஏறிய அனுபவம் என்று பேசிக்கொண்டே நடந்தோம்.

'பர்வத மலையெல்லாம் ஏறியாச்சுன்னா, எல்லா மலையும் ஏறிடலாம். பாதையே இல்லாம சங்கிலியப் புடிச்சு ஏறுறாப்ல இருக்கும். வெள்ளியங் கிரி இப்படி இல்லன்னாலும், சுலபமில்ல. மலைல, படிக்கட்டு இல்லாம ஏறிப் பழகினவங்கதான் சுலபமா ஏறமுடியும்!' என்றெல்லாம் பேசிய படியே நடந்தோம்.

தண்ணீர் - சில இடங்களில் கறுப்பாகத் தெரிகிறது; சில இடங்களில் மஞ் சளாகவும் தெரிகிறது. 'உதகநீர்' என்று சித்தர்கள் குறிப்பிட்ட விஷயங்கள் நினைவில் எழுந்தன.

'மலையில் இடிதாக்கி, அதன் சக்தி கீழ்வரையிலும் சென்றுவிடாமல், மலையின் மத்தியிலேயே தங்கிவிடும். அவ்வாறு தங்கிவிடும் அந்த

சக்தியானது, மலையின் அந்தப் பகுதியை துளையாக்கிவிடும். அதில் மழைநீர் விழும். அதில் மஞ்சள் நிறமாகவும் சிவப்பு நிறமாகவும் படிவுகள் ஏற்படும். அவை பெருகி மலை வெடிப்புகளின் வழியே கசிந்து, அந்த இடத்தையும் அரித்து பள்ளத்தாக்கில் சுனைபோல் தேங்கும். உதகநீர் எனப்படுவது இதுதான்.

இதைப் பருகினால், கல்லாகிப் போவார்கள் என்றெல்லாம் சித்தர்கள் விவரித்திருக்கிறார்கள். அதற்குச் சில அடையாளங்களும் உண்டு. கழுநீர் போல, சாணி கரைத்த நீர் போல, கரிசல் காட்டுத் தண்ணீர் போல, சகதித் தண்ணீர்போல என்று உதகநீர் பலவிதமாகத் தென்படும். அதில் ஒரு குச்சியைச் செலுத்தினால், குச்சி எவ்வளவு தூரம் நனையுமோ அவ்வளவு தூரம் அந்தக் குச்சியானது கல்லாகிவிடும். அதைக் கொண்டு, 'இது உதகநீர் தான்' என்று அறியலாம் என்று சொல்லியிருக்கிறார்கள் சித்தர்கள்.

வழியில் தென்பட்ட நீரைப் பார்த்தவுடன், இவையெல்லாம் நினைவுக்கு வந்தன. ஆனால், சோதிக்க நேரமும் இல்லை. அதனால் பயனும் இல்லை. காரணம், அந்த உதகநீரைக் கொண்டு பஸ்மம் செய்யும் முறையோ, குளிகை அல்லது மணி செய்யும் சூட்சுமமோ நாம் அறியாதது. அதோடு, சித்தர்களின் பரிபாஷை புரிந்து மூலிகைகளைக் கண்டறிவது மட்டுமல்ல; அவர்கள் சொன்ன வழிமுறைகளைப் பின்பற்றிச் செய்வதும் சுலபமல்ல என்ற தெளிவிருந்தது நமக்கு!

அப்படியென்ன குழப்பம் அவர்கள் வார்த்தையில் என்று நினைக்கிறீர்களா? இந்தச் செய்தியைப் படியுங்கள்.

'பச்சை மஞ்சள் கிழங்கை உதகத்தில் போடுங்கள். அது கல்லானதும் எடுத்துப் பொடிசெய்து கொள்ளுங்கள். பத்து களஞ்சு பொடிக்கு ஒரு களஞ்சு ரசமும், உதகமிருந்த இடத்து மண் ஒரு களஞ்சும் சேர்த்து, உதகநீரை விட்டு அரைக்க வேண்டும். அரைத்து வரும் உருண்டையை சிறு கலயத்தில் போட்டு உதகத்தில் இட, அது குளிகையாகும். அதை வாயில் போட்டுக் கொண்டால் வானில் சஞ்சரிக்கலாம்.'

தெளிவாகப் புரிகிற விஷயம் ஒன்றுதான்!

குறிப்பிட்ட குளிகையைப் பயன்படுத்தினால், வானில் சஞ்சரிக்க முடியும். அதே சமயம், அதைத் தயாரிக்க நம்மால் ஆகாது.

சித்தர்களின் சூட்சுமம் இதுதான்!

அவர்கள் மட்டுமே அறியக்கூடிய விதத்தில் விவரித்திருக்கிறார்கள். வேறு யாரும் மிக சுலபமாகச் செய்யலாம் என்றால், தோற்றுப்போவார்கள்.

'இங்க சந்தன மரமெல்லாம் இருக்கா?' என்றார் ஒருவர்.

'ம். சந்தன மகாலிங்கத்துக்குப் பக்கத்தில இருக்கற மலையில இருக்கு.'

திரும்பிப் பார்க்காமல், பதில் சொன்னபடியே நடந்தார் பெருமாள்.

காட்டுக்குள் இருக்கும் நாகர் ஆலயம்

துளசியைப் போன்றே இலை கொண்ட பல செடிகள்; நுணாவின் இலையை ஞாபகப்படுத்தும் சில மரங்கள்; இலைகளில்தான் எத்தனை விதங்கள். ஒரு வட்டம் வரைந்து, ஒருமுனை மட்டும் கூர்மையான மாதிரி இலைகள்; இரண்டு விரல் அகலத்தில் ஒரு சாணுக்குமேல் நீண்ட இலைகள்; ஒரு விரல் அகல இலைகள்; கொய்யாவின் இலைகளைப் போலவே தென்படும் இலைகள்.

'இலைகளுக்கும், இயற்கையில் நகல்கள் இருக்கின்றன' என்று தோன்றியது.

குற்றுமரங்கள் சூழ்ந்த பகுதியில் இருந்து விலகி, உயரமான பெருமரங்களின் கீழே தொடர்ந்தது பாதை. திப்பிதிப்பியாய் சூரியக் கதிர்கள் காட்டை ஊடுருவிக் கொண்டிருந்தன. 'ட்ருக்', 'க்ரி', 'சிகச்', 'வ்லீ' என்று வித்தியாசமான சப்தங்கள் கேட்டுக் கொண்டே இருந்தன.

முன்னால் சென்ற பாதை இரண்டாகப் பிரிந்தது.

இடப்புறப் பாதையில் நடந்தோம். அந்த இடம், மரங்கள் ஆசுவாசப் படுத்திக் கொள்வதற்காக இடைவெளி விட்ட இடம் மாதிரி இருந்தது.

‘இதான் பெரிய மகாலிங்கம்!’ என்றார் கைடு.

பிரும்மாண்டமான அந்தப் பாறைக்கு, ருத்ராட்ச மாலை அணிவிக்கப் பட்டிருக்கிறது. கீழே சிறிய வடிவில் ஒரு லிங்கம். எதிரே சூலம் இருந்தது. சமீபத்திய மகா சிவராத்திரி நாளில் வழிபாடு நடைபெற்றதன் அடையாள மாக, பிரும்மாண்டமான மாலை அணிவிக்கப்பட்டிருந்தது. அதிலிருந்த பூக்கள் உதிர்ந்து, ஓரிரண்டு வாடிய நிலையில் தொங்கிக் கொண்டிருந்தது நார்.

பக்கத்தில் இருந்த பெருமரத்தில், மணி ஒன்று கட்டப்பட்டிருந்தது. கரூரில் இருந்து வந்திருந்த சக்தி, ஒரு மணியை அங்கே கட்ட கொண்டுவந்திருந்தார். மணியை ஒலிக்கச் செய்து, தீபாராதனை நடந்தது.

மகாலிங்கத்தை சுற்றிவந்து வழிபட்டோம். அருகிலிருந்த பாறைகளில் ஏறி அமர்ந்தோம். சற்று நேரம் இளைப்பாறினோம்.

‘சிவராத்திரி அன்னைக்கு, இங்க ராவெல்லாம் ஆளுக தங்கியிருந்து பூசை பண்ணுவாங்க!’ என்ற வார்த்தைகள் சிந்தனையை பிரமிக்க வைத்தன. இந்த இடத்தில் இரவு முழுவதும்?’ மிகப் பெரிய விஷயம்தான்! பகலிலேயே தனித்து வருவது பயம்தரும் விஷயம். எவ்வளவுதான் துணை இருந்தாலும், இரவெல்லாம் இங்கு அமர்ந்து பூஜிப்பது சாதாரணமல்ல.

மனமொன்றிச் செய்யவேண்டிய பூஜையை, பயமின்றிச் செய்தாலே போதும்! அத்தகைய இடமாகத் தென்பட்டது நமக்கு. மெல்ல, சுற்றுமுற்றும் நடந்தோம்.

தரையில் ஆங்காங்கே ஈரம் படிந்திருந்தது. சின்னஞ்சிறு கொடிகளாக தாவரம் பரவியிருந்தது. வெற்றிலையின் சிறு வடிவம் போலத் தென்பட்டன அந்த இலைகள். குனிந்து, அவற்றைக் கிள்ளினோம். முகர்ந்து பார்த்தால், வெற்றிலை இல்லை.

ஆனால், வேலிப் பருத்திக் கொடிகள் என்று சித்தர்கள் சொன்ன செய்தியை நினைவூட்டியது. வேலிப்பருத்தியை வேரோடு பறித்து, இடித்துச் சாறு எடுத்து, காயசித்தி செய்து கொள்வது பற்றி சித்தர்கள் விவரித்திருக்கிறார்கள். அதாவது, அதன் இலையும் வெற்றிலை வடிவில் அளவில் சிறியதாக இருக்கும் என்பார்கள்.

மீண்டும் பயணம் தொடர்ந்தது.

பெரிய மகாலிங்கத்துக்குப் பின்புறமாக, பாறைகளில் தொத்தி ஏறினோம். இப்போது வனத்தின் அடர்த்தியில் இருந்து விலகி, மலைமீது நடக்க ஆரம்பித்தோம். சூரியனின் கிரணங்கள், சுரீலென்று படுகின்றன. அதே சமயம், காற்றில் குளிர்ச்சியும் இருந்தது.

இதுவரை, கூடக்குறைய ஒற்றையடிப்பாதை என்று ஒன்று இருந்தது. இப்போது அதுவுமில்லை. பாறைகளின்மீது கால் வைத்து நடந்தோம். பாறைப் பிளவுகளில் மலைப்புல் செழித்து மண்டியிருந்தது. முற்றிய நெற்கதிர் போல, மஞ்சள் நிறமாகத் தென்பட்டன.

பல இடங்களில், அடுத்து பாறை இருக்கிறதா இல்லையா என்பதே தெரியாத அளவுக்கு மூடியிருந்தது. பார்த்துக் கவனமாக நடந்தோம். இங்கிருந்து பார்க்கும்போது, சுற்றிலும் மலைகள்... காடுகள்... மலைகள்... காடுகள்...

'அங்கே தெரிவது பெருமாள் மலை!'

எதிரே தெரிந்த மலைக்குப் பின்னே தென்பட்ட மலையைக் காட்டினார் கைடு.

'அங்க போகணும்னா, ராத்திரி தங்கற மாதிரி வசதி பண்ணிக்கிட்டு போகணும். நவகன்னி சுனைல தங்கிடலாம். தங்குவதற்கு அங்கே ஒரு குகை இருக்கு. காலையில அப்படியே நடந்து பெருமாள் மலைக்குப் போயிரலாம். அங்கதான் வல்லாரை கிடைக்கும்!' என்றும் சொன்னார்.

சூரியன் தலைக்குமேல் வந்துவிட்டான்.

வியர்க்க ஆரம்பித்துவிட்டது.

'சித்தர் குளம்னீங்களே! அதுக்கு எப்படி போறது?' என்றார் ஒருவர்.

'இப்படியே சரிவுல போய், அங்க பாருங்க ஓடை மாதிரி தெரியுது. அந்த இடத்துக்குத்தான் சித்தர் குளம்னு பேரு!' என்று கீழே ஒரு பகுதியைக் காட்டினார்.

'இப்படியே போய்ட்டு வந்துருவமா?' என்றார் இன்னொருவர்.

'இன்னொரு தடவை போலாம். யானைங்க நடமாட்டம் அதிகமா இருக்கு' என்றவர், 'வாங்க போவோம்' என்று திரும்பி நடந்தார். பாறைகளில் தத்தித் தத்தி நடந்தோம். சரிவுகளிலும், பாறை முடிச்சுகளில்தான் காலூன்றி இறங்க வேண்டும்.

தவறினால், பாதாளம்தான்!

கரணம் தப்பினால் மரணம் அல்ல; கால் இடறினால் மரணம்! பாறை சரிந்தால் மரணம்! பயம் எழுந்தால் மரணம்! - புத்தி அடக்கியது.

'அஞ்சுபவன், வீட்டைவிட்டு வெளியே வரக் கூடாது; வாழவேண்டும் என்பவன் வீட்டில் முடங்கக் கூடாது' என்றது மனம். சரிவுகள் அச்சமூட்டவில்லை. ஆனால், நடந்த பாதை அச்சம் தருவதாகவே இருந்தது.

கிட்டத்தட்ட, மலையின் விளிம்பில்தான் பயணித்தோம்.

பாதங்களின் முன் பகுதியை மட்டுமே ஊன்றிக்கொண்டு நடக்கக்கூடிய அளவில்தான் இடம் இருந்தது. இரு கைகளாலும் பாறையைப் பற்றிக் கொண்டு நகர்ந்தோம். அடர்ந்த புல், தொடைவரை வளர்ந்து நின்றது. எதன்மீது காலை வைக்கிறோம் என்றே தெரியாமல், காலை ஊன்ற வேண்டிய நிலை. கீழே ஏதாவது இருந்தால்...?

சிலிர்க்கும் அனுபவம்தான் இது!

10
கோரக்கர் பாறையும்,
சட்டைமுனை குகையும்!

இப்போது நாங்கள் சுமார் 1500 அடி உயரத்துக்கு மேல் நிற்கிறோம். பாறை வழுக்குப் பாறை அல்ல! ஆனால், முண்டும் முடிச்சுமான முனை களைக் கொண்ட மலைச்சரிவு.

உடன் வரும் பலரும், தயங்கித் தயங்கித்தான் வருகிறார்கள். யாரும் நான் வரவில்லை என்று பின்வாங்கவில்லை; பயம் என்று நடுங்கவு மில்லை. அது அற்புதம்! இந்த மாதிரிப் பயணங்களில், துணை அமைவதும் முக்கியம். துணிவு இல்லாவிட்டாலும் பரவாயில்லை; பயம் இருக்கக் கூடாது. அப்படிப்பட்ட துணை வர்கள்தான் சரியானவர்கள்.

'பார்த்து வாங்க. புல்லை விலக்கிப் பாத்து காலை வைங்க. நடுவுல பாறை இல்ல. கொஞ்சம் தள்ளி காலை வைக்கணும். அவசரப்படாம வாங்க!'

ஒவ்வொருவரும் எச்சரிக்கை செய்தபடி கடந்தார்கள்.

73

மஞ்சள் நிறமான அந்தப் புல்லைப் பறித்து முகர்ந்தோம்.

அதைப் பார்த்த ஒருவர், 'என்ன சார்! ஜோதிப் புல்லான்னு பாத்தீங்களா' என்று சொல்லிச் சிரித்தார். 'இது ஜோதிப்புல் இல்லை' என்றும் சொன்னார்.

'ஜோதிப்புல்' என்பதும், சித்தர்கள் கூறும் ஒருவகையான மூலிகை சமாசாரம்தான். ஆனால், இவ்வளவு உயரமாக இருக்காது.

சுமார், ஒரு உள்ளங்கை நீளத்துக்கு இருக்கும்; மஞ்சள் நிறமாகக் காணப் படும். இரவில் தீபம் ஏற்றியதுபோல ஒளிரும் என்பார்கள் சித்தர்கள். தவிர, அது மலைமுகட்டில் இருக்காது. நீர் பாய்ந்து ஈரமிக்க தரைப்பகுதிகளில் காணப்படும். யோகங்கள் கைகூட, இந்தப் புல்லை அரைத்து உபயோகப் படுத்துவார்கள் சித்தர்கள் என்று கேள்விப்பட்டதுண்டு. குரங்கு குட்டிபோல மலையோடு ஒட்டிக்கொண்டு நகர்கிறோம். வழி நெடுகிலும், புல்லும் புதர்களும்தான்! நமக்கு முன்னே நாலு பேர் சென்றுவிட்டார்கள். பின்னால், சற்றுத் தொலைவில் மற்றவர்கள் வருகிறார்கள்.

பாறையின் முடிவில் அடர்ந்து நிற்கும் புல்லைப் பற்றிக் கொண்டு, அடுத்த பாறைக்கு மாறவேண்டும். கையை நீட்டி அந்தப் புல்லைப் பற்றினோம்.

'புஸ்'ஸென்று ஒரு சப்தம்!

திடுக்கிட்டது மனம். ஒரு வினாடி எதுவுமே புரியவில்லை.

எங்கிருந்து வந்தது அந்த ஒலி?

நாம் பிடித்த புல்லில் இருந்தா? அது அமைந்த புதரில் இருந்தா? அல்லது நகரும் பாறைக்குப் பின்னாலிருந்தா? கேள்விகள் புரண்டன. கால் அசைய மறுதததது; கை புல்லை விட்டது. அந்த புஸ், பாம்பின் சீறல்தான் என்ற புரிந்தது. ஆனால், எங்கிருந்து வருகிறது என்று புரியவில்லை.

பதற்றத்தாலும் பயத்தாலும், மனிதன் பாம்பைக் கொல்கிறான். அதே பயத்தால்தான், பாம்பும் மனிதனைக் கொத்துகிறது. இல்லாவிட்டால், அது விலகித்தான் செல்கிறது என்பது புரிந்தது.

அந்தச் சிந்தனைதான், இப்போது நிதானத்தைக் கொடுத்தது.

அங்கேயே அசையாமல் நின்றோம். சுமார் ஐந்து நிமிடங்களுக்கு மேல் ஆகிவிட்டது. மீண்டும், அதே புல்முனையைப் பற்றினோம். அதை அடுத் திருந்த பாறையின் மீது கால்வைத்து நகர்ந்தோம். எந்தச் சீறலுமில்லை.

நகர்ந்து நகர்ந்து மேலேறினோம்.

எல்லோரும் மேலே வரும்வரை காத்திருந்தோம்.

'கீழே, சட்டைமுனி குகையைப் பாத்தீங்களா?' என்றார் ஒருவர். சந்தனம காலிங்கர் சந்நிதிக்கு அருகே இருக்கிறது சட்டை முனிவரின் குகை.

பதினெட்டுச் சித்தர்களில் சட்டை முனியும் ஒருவர். இவரை, கயிலாயக் கம்பளச் சட்டைமுனி என்றும் சொல்வார்கள். ரசவாதத்தைப் பற்றியும், மூலிகைகளை மருத்துவத்துக்கு உபயோகப்படுத்துவது பற்றியும் தம்முடைய நூல்களில் விவரித்திருக்கிறார் சட்டைமுனி.

சுமார் பத்து படிகள் ஏறிச்சென்று ஓர் அறைக்குள் நுழைந்தால், தரைக்கு மேல் ஒரு ஆள் படுத்தபடி நுழையும் அளவில் இருக்கிறது சட்டைமுனியின் குகை.

அறை உள்ளிட்ட கட்டுமானங்களைக் கவனித்தால், அவை பிற்காலத்தைச் சேர்ந்தவை என்பது புலப்படும். யாரும் அந்தக் குகையினுள் செல்ல அனுமதிக்கப்படுவதில்லை.

'இந்தக் குகையின் தென்புறத்தில் உள்ள வெண்ணாவல் மரத்தின் அடிப் பட்டையைக் காய்ச்சி, தைலம் இறக்க வேண்டும். தாமிரத் தகட்டைக் காய்ச்சி அந்தத் தைலத்தில் தோய்த்தால், அது வெண்மையாக மாறும். அதைச் செந்தூரமாக்கி மூன்று நாள் சாப்பிட்டால், கிழவனும் குமரனாவான்!' என்று படித்தது நினைவுக்கு வந்தது.

அதைப்போன்றே சட்டை முனிவர் குகைக்கு அருகில் வனப்பிரமி, முப் பிரண்டை என்று சில மூலிகைகள் பற்றியும், அதைப் பயன்படுத்தும் விதம் பற்றியும் படித்தது ஞாபகத்துக்கு வந்தது. அனைவரும் வந்துவிட்டனர்.

நடையைத் தொடர்ந்தோம்.

சரேலென்று இறங்கிய சரிவில், ஒரு மலைப்பிளவு துவாரமாக இருந்தது அதன் வழியே நுழைந்தோம். அருமையான குகை! எவ்வளவு வெயில் அடித்தாலும், குளிர்ச்சியாக இருக்கிறது. காற்று இதமாக வீசுகிறது. எதிரே சற்று நகர்ந்து குனிந்து பார்த்தால், சுந்தர மகாலிங்கர் கோயிலும் மடங்களும், விளையாட்டு பொம்மை போல சிறியதாகத் தெரிகின்றன.

'ரொம்ப தள்ளிப் போகாதீங்க!' என்று எச்சரிக்கிறார்கள்.

மீண்டும் மேலேறினோம்.

உடைந்து கிடக்கும் பாறைகளில் காலூன்றி இறங்கினோம். சுற்றி வளைத்து இன்னொரு முகட்டை நோக்கிச் செல்வது புரிந்தது. ஒரே இடத்தைச் சுற்றி வருகிறோமோ என்றும் தோன்றியது. ஆனால், கைடுக்கு அந்த வழி அத்துப்படியாக இருந்தது.

'வாங்க வாங்க! வெள்ளை விநாயகர்கிட்ட வந்துட்டோம்' என்றார் கைடு.

கவனமாகக் கால்களை ஊன்றியபடியே நகர்ந்தோம். இதோ, வெள்ளை விநாயகர்!

மிகப்பெரிய பாறை!

75

யானைகள் அதிகம் வந்து போகும் சித்தர்குளம்

சற்று விலகி நின்று பார்த்தால், விநாயகரின் வடிவம் தென்படுகிறது. மிகச் சரியாகத் தெரியவேண்டுமென்றால், அந்தரத்தில்தான் நின்று பார்க்க வேண்டும். ஏனென்றால், கீழே பாதாளம்!

திரும்பவும், மலையின் பக்கவாட்டில் பயணித்தோம்.

இதுவரை நடந்ததைவிட, இப்போதைய நடக்குமிடங்கள் சுலபமாகவே இருக்கின்றன. சுமார் ஒரு அடிக்கு, காலூன்ற வழியிருக்கிறது. சுற்றிலும் பசுமை போத்தியபடி நிற்கும் மலைகள், பார்வைக்கு ரம்மியமாக இருக்கின்றன. பறவைகளின் சப்தமும், காட்டு மரங்களை காற்று அசைக்கும் ஒலியும்தான் கேட்கின்றன.

'இதுதான், கோரக்கர் ஏடு எழுதின இடம்!' என்றார் கைடு.

'அடப்பாவி சித்தா! ஊர் உலகத்துல எவ்ளோ இடம் இருக்கு. அதை யெல்லாம் விட்டுட்டு, இப்படியொரு இடத்துல வந்து உக்காந்தியே!' என்று நினைத்தது மனம். காரணம், அந்த இடம்தான்.

மலை முகட்டில் துருத்திக்கொண்டு நிற்கும் பாறைக்குக் கீழே, சிறுபாறை ஒன்று முட்டுக்கொடுத்த மாதிரி இருக்கிறது. அந்த இடத்தில் அமர்ந்து ஏடு எழுதியிருக்கிறார். வேகமாகக் காற்றடித்தால் ஏடு பறந்துவிடாதோ என்றெல்லாம் தோன்றியது.

சற்றுத் தள்ளி நடந்தோம்.

ஒரு பெரும்பாறை மேல், சிறியதும் பெரியதுமாக கற்கள் இருக்கின்றன. இவற்றை நவக்கிரகக் கல் என்று சொல்கிறார்கள். அதையும் பார்த்துக் கொண்டு இறங்கினோம்.

'அடுத்தாப்ல, ஒரு ஓடை இருக்கு. அந்தக் கரையில உட்கார்ந்து சாப்பிடலாம்' என்று நடந்தார் கைடு. மலையிலிருந்து இறங்க ஆரம்பித்தோம். வழியில் போடப்பட்டிருந்த குடிசை போன்ற அமைப்பு சேதப்பட்டிருந்தது.

கீற்றுகள் அடுக்கப்படாமல் கலைக்கப்பட்ட விதமும் குச்சிகள் கிடந்த விதமும், வனத்துறையினரின் கண்காணிப்பு என்று உணர வைத்தது. இப்படியொரு காட்டுக்குள் நுழைந்து கண்காணிப்பது என்பதே பெரிய விஷயம்தான் என்றும் தோன்றியது. நீண்ட சரிவில், சரசரவென்று இறங்கினோம்.

வழியில் தென்பட்ட நெல்லிமரங்களில், காய்கள் காய்ந்திருந்தன. சிறிய கோலிக்குண்டு அளவில் இருந்தன.

ஆளுக்கொன்றாகப் பறித்து வாயில் அடக்கினோம்.

சற்றே துவர்ப்பும் புளிப்புமாகச் சுவைத்தது. கொண்டு சென்ற தண்ணீர் தீர்ந்துவிட்ட நிலையில், அமுதமாக இருந்தது நெல்லிக்காய்.

இந்த நெல்லியைப் பயன்படுத்தி, நரை நீங்கவும் காயசித்தி பெறவும் வழி சொல்லி இருக்கிறார்கள் சித்தர்கள். நெல்லியில், கருநெல்லி என்றொரு வகை.

அதன் காம்பு, கிளை, அடிப்பகுதி எல்லாமே கறுப்பு நிறமாக இருக்கும். அந்த மரத்தின் பட்டையை எடுத்து, சூரணம் செய்துகொள்ள வேண்டும். பட்டையை எடுக்க, சுததி உட்பட எந்த இரும்பையும் பயன்படுத்தக் கூடாது என்பது முக்கியம்.

அந்தச் சூரணத்தை உணவில் இட்டு சமைத்துச் சாப்பிட, நரை நீங்கும்; தேகம் வலிமை பெறும் என்று வழிமுறைகளோடு சொல்லியுள்ளார்கள் சித்தர்கள்.

மரத்தை மீண்டும் பார்த்தோம்.

வரிசையாக இருந்த நெல்லி மரங்களையெல்லாம் விழிகள் ஆராய ஆரம்பித்தன.

ஓடைக்கரையில் இருந்த மரங்களின் நிழலில் சென்று அமர்ந்தோம். மதிய உணவை முடித்தோம்.

'இதோ, தவசிகிட்ட வந்துட்டோம்! தவசி பாத்தாச்சுன்னா, அடுத்து இறங்க வேண்டியதுதான்!' என்றார் கைடு.

குடிப்பதற்கு ஓடையில் நீர் எடுத்துக் கொண்டு கிளம்பினோம்.

மீண்டும் வனத்தினுள் நீண்டது எங்கள் பயணம்.

11

வீங்க வைக்கும் விஷச் செடி

மனிதர்கள் பிரவேசிக்காதவரை காடு அமைதி யாகத்தான் இருக்கிறது.

எங்கெல்லாம் மனிதன் நுழைகிறானோ, அங்கிருந்து பிரச்னை உண்டாகிறது.

புலியும் சிங்கமும் எவ்வளவோ பேரை அடித்துக் கொன்றதாகப் படிக்கிறோம்; கேள்விப்படு கிறோம். ஆனால், சாதுக்களும் சித்தர்களும் காட்டிலேயே சஞ்சரித்தனர். அவர்களை அவை எதுவுமே செய்யவில்லை.

திருவண்ணாமலையில் சமாதியடைந்த ஈசான்ய முனிவர், ஒரு புலியுடன்தான் இருந்தார்! கடந்த பத்தாண்டுகளுக்கு முன் ஹரித்வாரில் நடைபெற்ற கும்பமேளாவில், சிங்கம் ஒன்றை சாதாரண கயிற்றில் கட்டி அழைத்து வந்திருந்தார் ஒருதுறவி.

எப்படி அவர்களால் இதைச் சாதிக்க முடிந்தது? எப்படி அந்த விலங்குகளும் கட்டுப்பட்டன? காரணம் ஒன்றுதான்!

சிங்கமும் ஓர் ஆத்மா என்று அவர்கள் உணர்ந்தார்கள். அதனால், அவற்றிடமும் பரிவு

காட்டினார்கள். மனிதன் மட்டும்தான், சலனமும் சஞ்சலமும் சபலமும் மிக்கவன். எதற்கும் கட்டுப்படமாட்டான். எப்போது எதற்கு மாறுவான் என்று கணிக்கமுடியாதவன் மனிதன்தான். விலங்குகள் மாறாது. அதனால் தான், மனிதனிடம் இருந்து விலகிய சித்த புருஷர்கள் விலங்குகளைக் கண்டு அஞ்சவில்லை.

நீண்ட சிந்தனையைத் தடுத்தார் சக்தி.

'சார்! நாகர்கிட்ட என்னவோ எடுத்தீங்களே! என்ன சார் அது?' என்று கேட்டார். எடுத்து நீட்டினோம்.

'என்ன சார் இது? ஃபைபர்-ல பண்ண மாதிரி இருக்கு. கூர்மையாவும் இருக்கு!' என்றவர் தாமே சொன்னார்.

'முள்ளம்பன்றியோட முள்ளா?'

'ஆமா. இதையெல்லாம் வீட்ல வெச்சுக்கக் கூடாதுன்னு சொல்வாங்க. இவரு, இதைப்போய் எடுத்துட்டு வராரு!' என்றார் கைடு.

ஆக, 'முள்ளம் பன்றியின் முள்ளை வைத்திருப்பது துரதிருஷ்டம்' என்ற நம்பிக்கை இந்தப் பகுதியில் இருப்பது புலப்பட்டது.

முள்ளம்பன்றி, சுபாவத்தில் சண்டையை விரும்பாமல் ஓடிப் பதுங்கும் ஜீவன்தான். சீண்டப்பட்டால், அதன் முட்கள் யாவும் சிலிர்த்து நிற்க வேகமாகப் பாயும். அந்தப் பாய்ச்சலில் சிக்கினால் அவ்வளவுதான்!

சிறுத்தைகளைக்கூட அது சின்னாபின்னமாக்கிவிடும்! காட்டுப் பன்றிக்கும் இதே மூர்க்கம் உண்டு. பன்றிமுள்ளை வாங்கி, பையில் வைத்தபடி நடந்தோம்.

நாய்கள் முன்னால் ஓடின; திரும்பி வந்தன; எங்கள் பின்னால் ஓடித் திரும்பின. எல்லாரும் வந்துவிட்டார்களா? ஆபத்து எதுவுமில்லையே என்று பரிசோதிப்பது போலத் தோன்றியது.

இந்த இரண்டில் ஒன்று, இன்னமும் காட்டுக்குப் பழகவில்லை என்றார் கைடு. ஆனால், பெரிய மகாலிங்கத்தில் நாய்கள் இறைப்பாறிய காட்சி மனத்தில் வந்தது.

அடுத்தடுத்த இரண்டு பாறையின்மேல் அனைவரும் அமர்ந்திருந்தோம். அப்போது, பாறையின் இரண்டு பக்கமும் பின்காலை மடக்கி முன்காலை ஊன்றியபடி உட்கார்ந்து திசைகளைக் கூர்ந்து கவனித்துக் கொண்டிருந்தனர் அந்த நாலு கால் காவலர்கள்.

நாங்கள் பேசுவதோ சிரிப்பதோ, எதுவும் அவைகளின் கவனத்தைக் கலைக்கவில்லை. திசைகளில் ஊன்றிய பார்வை மாறவில்லை; அமர்ந்திருந்த நிலையிலும் மாற்றமில்லை. கூர்மையான கவனத்தோடு, துப்பாக்கியோடு நிற்கும் கமாண்டோக்களைப் போல, துடிப்புடன் தென்பட்டனர் இருவரும்.

பழக்கப்படாததே இவ்வளவு தூரம் என்றால், பழக்கப்பட்ட மற்றொன்றைப் பற்றி என்ன நினைப்பது? ஆனால், புல்லும் புதருமாக அடர்ந்த ஒற்றையடிப்

பாதையில் செல்லும்போது, திடுமென முன்னும் பின்னுமாக இவை கால்களை ஊடுருவிச் செல்லும்போது, தொடக்கத்தில் கொஞ்சம் பயம் வரத்தான் செய்தது.

ஆனால், அந்த பயம் கொஞ்சம் கொஞ்சமாக விலகிப் போனது. மாற்றிச் சொன்னால், இவை இருப்பதால் வேறு எந்தக் காட்டு விலங்குகளும் வராது என்ற துணிச்சலும் மிகுந்துபோனது.

‘ஏம்பா, கன்னிமார் ஓடைங்கறது எங்க இருக்கு? எப்படி போகணும் அதுக்கு? என்றார் ஒருவர்.

‘நாம, அதுக்கு மறுபக்கத்துல வந்திருக்கோம்!’ என்றார் கைடு.

புஷ்பகை, கெந்தகை, அமிர்தகை, கருணிகை, மிருது பாஷிகை, சுச்லிகை, சுமுகை - இவர்கள் ஏழு பேரும் அன்னை உமா தேவியின் பணிப்பெண்கள்.

தினந்தோறும், மணமிக்க மலர்களைக் கொய்துவந்து, அன்னைக்குச் சூட்டி அழகு பார்ப்பதும் பூஜிப்பதும் அவர்களின் வழக்கம்.

ஒருமுறை, தேவியை வணங்கி அவர்கள் விண்ணப்பித்தார்கள்.

‘தாயே! பூமியிலும், நறுமணம்மிக்க பல வண்ணமலர்கள் உள்ளதாக அறிகிறோம். அவற்றைக் கொண்டு, தங்களை அலங்கரித்து மகிழ ஆசைப் படுகிறோம்!’ என்றார்கள்.

வித்துகள் அனைத்துக்கும் ஆதாரமான அன்னை, அவர்களின் விருப்பத்தை அங்கீகரித்தாள். மலர்களுக்கு நிறத்தையும் மணத்தையும் அளித்தவளுக்கு, அலங்காரம் அவசியமா? இல்லை. அவளே அழகுக்கு ஆதாரம்; நிறத்துக்கு ஆதாரம்; மணத்துக்கு ஆதாரம்.

ஆனால், அலங்கரிக்க வேண்டும்; அர்ச்சிக்க வேண்டும் என்ற அவர்களின் விருப்பத்தை மறுக்க வேண்டாம் என நினைத்தாள்.

தன் வாயில் இருந்து எடுத்து ஊட்டும் குழந்தையின் செயலை, எந்தப் பெற்றோர் வெறுக்கப் போகிறார்கள்? மாறாக, குழந்தையின் மனோபா வத்தை எண்ணி மகிழ்வதில்லையா! அப்படித்தான் அனுமதித்தாள் உமையவள்.

சப்தகன்னியர் பூமிக்கு வந்தனர்.

சதுரகிரியில், சித்த புருஷர்கள் அமைத்திருந்த நந்தவனத்தைக் கண்டனர். எண்ணற்ற வண்ணமலர்களைக் கண்டுகளித்தனர்; சிலிர்க்க வைக்கும் ஓடையில் நீராடிக் களித்தனர். மலர்களைப் பறித்துக்கொண்டு திரும்பினர். தேவியை அலங்கரித்து மகிழ்ந்தனர். இது தினசரி தொடர்ந்தது.

ஒருநாள்...

‘பெண்களே, கவனமாயிருங்கள்! நீங்கள் நீர் விளையாட்டில் நேரம் கடத்துகிறீர்கள். யாராவது உங்களைப் பார்த்துவிட்டால், மீண்டும் உங்களால்

இங்கு வரமுடியாமல் போய்விடும். எவர் கண்ணிலும் பட்டுவிடாதீர்கள். சீக்கிரம் வந்து சேருங்கள்!'

தேவி, ஏனோ அன்று எச்சரித்தாள். ஆனால், நீர் விளையாட்டில் நேரம் கடந்ததே அவர்களுக்குத் தெரியவில்லை.

கரையேறும்போது, எதிரே வந்தான் ஒரு வேடன்.

'அம்மா! நீங்கள் யார்? உங்களை இதற்குமுன் நான் பார்த்ததில்லையே! எங்கிருந்து வருகிறீர்கள்?' என்று கேட்டான்.

அவர்கள் பதில் சொல்லாமல் மௌனமாக இருந்தனர். வேடனும், மேற்கொண்டு கேள்வி கேட்காமல் போய் விட்டான். ஆனால், மீண்டும் கைலாசத்தை அடைய அவர்களால் முடியவில்லை. அவர்கள், தங்கள் சக்தியை இழந்துவிட்டார்கள்.

என்ன செய்வதென்று தெரியாமல் கலங்கினார்கள்; தடுமாறினார்கள். அருகிலிருந்த சட்டை முனிவரின் ஆசிரமத்துக்குச் சென்ற, அவரிடம் சொல்லி வருந்தினார்கள்.

அதைக் கேட்ட சட்டை முனியும் வருத்தப்பட்டார்.

'அம்மா! இனி நீங்கள் திரும்ப முடியாது. இங்கேயே தங்கி தவத்தில் ஈடுபடுங்கள். அதனால், உங்களுக்கு நலம் உண்டாகும்!' என்றார் சட்டைமுனி.

எனவே, அவர்கள் தாங்கள் நீராடுவதற்காக 'திருமஞ்சனப் பொய்கை' என்று ஒரு பொய்கையை ஏற்படுத்தி, அதில் நீராடி வழிபட்டு தெய்வத்தன்மையை அடைந்தனர்.

கன்னிமார் ஓடையின் கதை இதுதான்.

இவர்கள் நீராடிய பகுதியில்தான். இரவு தங்கி மறுநாள் சித்தர் குளம் கடந்து பெருமாள் மலை போகலாம் என்று முன்பு கைடு சொன்னது நினைவுக்கு வந்தது.

நடந்துகொண்டிருக்கும்போதே கைடின் குரல் கேட்டது.

'பாத்து வாங்க. இந்தச் செடியைத் தொட்டுராதீங்க! அதுமேல படாம, நகர்ந்து குனிஞ்சு வாங்க!' என்றபடியே இணைந்து நடந்தார்.

'புலியைப் பாத்தாலும் அடிச்சிடுவீங்கன்னு நெனச்சேன். நீங்க இலையைப் பாத்து பயப்படறீங்க!' என்று கிண்டல் செய்தார் ஒருவர்.

'அதான் இப்பவும் செய்யறேன். இது புலியாயிருந்தா பாயும். அடிக்கணும். இது செடி. சும்மா இருக்கு. 'அதான் தள்ளி வரச் சொல்றேன்' என்றார் கைடு. எல்லாருமாகச் சிரித்தோம். 'பலே' என்று கைதட்டினோம்.

அமைதியான காட்டுக்குள் இந்த ஆரவாரம் அதிகம்தான்.

அது என்ன செடி என்று வலியுறுத்தி கேட்ட பிறகு, 'விஷத்தும்புலா' என்று சொன்னார் கைடு.

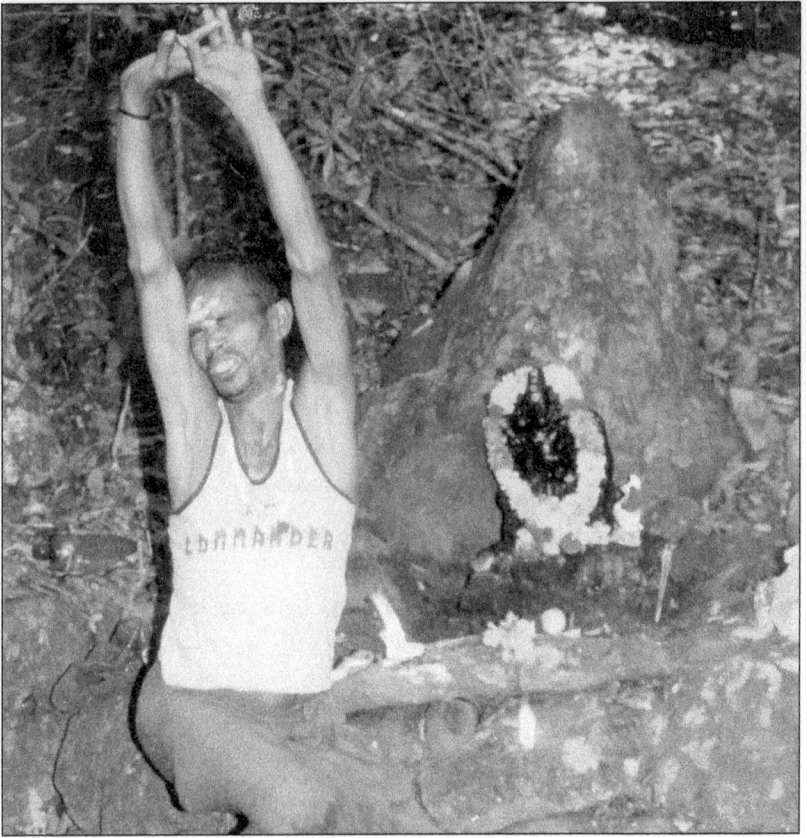

ஊஞ்சல் கருப்பர் முன் ஆவேசமாக ஒரு பக்தர்

உடன் வந்திருந்த நண்பர் ஒருவர் சொன்னார்.

'அது விஷச் செடி. உடம்புல பட்டால், வீங்கிப் போயிடும். எரிச்சல் ஏற்படும். கவனித்து, மாற்று மருந்து அளிக்க வேண்டும். அதை நீக்கக்கூடிய சஞ்சீவி மூலிகையைக் கொண்டு குணப்படுத்த வேண்டும்' என்றெல்லாம் அவர் விவரித்தார்.

'விஷத் தும்புலா' என்றதும், மலைகளின்தான் இப்படி விஷச் செடிகளும் இருக்குமோ என்று தோன்றியது.

'இந்த ஒண்ணு மட்டுமில்ல; இது மாதிரி பல செடிங்க இருக்கு. மரங்கள்லேயும் இது மாதிரி உண்டு. முகம் வீங்கி மரம்னே ஒண்ணு உண்டு. சித்தர் குளம் போறப்ப காட்றேன்!' என்று சொன்னபடியே நடந்தார் கைடு.

விஷச்செடிகளையும் மருந்துச் சரக்காகப் பயன்படுத்திய சித்தர்களின் திறமை, ஆச்சரியமாக இருந்தது. அடுத்தடுத்து வரப்போகிற தலைமுறை

அறிய வேண்டும், பயன்பெற வேண்டும் என்ற எண்ணத்துடன் அவர்கள் குறிப்பெழுதிய நோக்கம் உயர்ந்ததாக உணர்ந்தது மனம்.

குரங்குகள் கிரீச்சிடும் சத்தம் கேட்டது.

'பயப்படாதீங்க! நம்ம ஆளுக முன்னால போயிருக்காங்க!' என்று சிரித்தபடி சொன்ன கைடு, 'உய்' என்று விசிலடித்தார். மறுகணம், நாலுகால் பாய்ச்சலில் பாய்ந்து வந்தார்கள் இருவரும். பாதை மீண்டும் செங்குத்தாக ஏறியது.

நின்று நிதானமாக ஏறினோம்.

செடிகளையும் பாறையின் முடிச்சுகளையும் துணைக்குப் பற்றினோம். வெயில் இருந்தாலும், மரங்களின் நிழல் இதமாக இருந்தது.

காட்டுக்குள் தொடர்ந்த பயணம், மீண்டும் மலைமுகட்டை நோக்கியது. உச்சியாக இல்லாமல், பக்கவாட்டை நோக்கி நடந்தோம். வரிசையாக, குற்றுமரங்களும் புதர்களுமாக பாதைவிட்ட மாதிரி வளர்ந்து நின்றன.

சர்வ சாதாரணமாக, பதினைந்து அடிக்கு மேல் உயர்ந்த மரங்கள் அணி வகுத்து நின்றன. சில மரங்களின் பின்னால், யானைகள் மறைந்து நின்றால் கூட தெரியாது. அவ்வளவு பருமனாக இருந்தன. அநேகமாக, சித்தர்கள் பலரையும் அந்த மரம் பார்த்திருக்கும் என்று தோன்றியது.

இந்த எண்ணம் ஏற்பட்டவுடன், காகபுஜண்டரின் நினைவும் தோன்றியது. அது ஒரு சுவாரஸ்யமான விஷயம்!

திரிபுரம் எரித்த விரிசடைக் கடவுளான சிவபிரானுக்கு, ஒருமுறை சந்தேகம் ஏற்பட்டது.

'மகாப்ரளயம் ஏற்பட்ட பிறகு உலகம் அனைத்தும் அழிந்து விடும் என்றால், பிரம்மா, விஷ்ணு, ருத்ரன், மகேஸ்வரன், சதாசிவன் இவர்க்ள என்ன ஆவார்கள்? எங்கே இருப்பார்கள்?' - சிவனுடைய இந்தக் கேள்வியைக் கேட்டவுடன், அனைவரும் விழித்தார்கள்.

மும்மூர்த்திகளும், தேவ, தானவ, யக்ஷ, கந்தர்வ, கின்னரர்கள் உட்பட அனை வரும் மௌனமாக இருந்தார்கள். சிவனே கேள்வி எழுப்பினால், யார் பதில் சொல்வது?

அனைவரும் மௌனமாக இருந்தார்கள்.

'எல்லோரும் மௌனமாக இருந்தால் எப்படி? யாராவது பதில் சொல்ல வேண்டாமா? மாயையாலும் மாயங்களாலும் எவ்வளவோ அற்புதங்களை நிகழ்த்தும் நீங்களும், ஏன் மௌனமாக இருக்கிறீர்கள்? பெருமானின் இந்தக் கேள்விக்கு பதில் சொல்லத் தகுந்தவர் நீங்கள்தான்!' என்று, மாய லீலா விநோதனான விஷ்ணுவைப் பார்த்துக் கேட்டார் மார்க்கண்டேயர்.

விஷ்ணுவின் பதில் அனைவரையும் ஆச்சரியப்படுத்தியது.

12

அற்புதக் குகை

'உங்க கேள்விக்கான பதில், சித்தர்களுக்கும் ரிஷிகளுக்கும்தான் தெரிந்திருக்கும். குறிப் பிட்டுச் சொல்ல வேண்டுமானால் காகபு சுண்டரை கூப்பிட்டுக் கேட்கலாம். வசிஷ்டரை அனுப்பி புசுண்டரை அழைத்து வரச் சொல்லலாம்' என்றார் விஷ்ணு.

சிவனுக்கு ஆச்சரியம்.

'அதென்ன! புசுண்டரை குறிப்பிட்டு சொல் கிறீர்கள்? அவருக்குத் தெரியும் என்று உங்களுக்கு எப்படித் தெரியும்? அதைச் சொல்லுங்கள் முதலில்!' என்றார் சிவன்.

'பிரளயம் வந்தது. அந்த வெள்ளத்தில் உலகப் பொருள்கள் மறைந்துவிட்டது. நான் ஆலிலை மேல் படுத்திருந்தேன். வழக்கமான அறிதுயிலில் அப்போது நான் இருந்தேன். என்னோட சக்கரம் மட்டும் சுத்திக் கொண்டிருந்தது. அது காலத்தோட சுழற்சி இல்லையா? அதை நிறுத்தவோ தடுக்கவோ எவராலும் முடியாது.

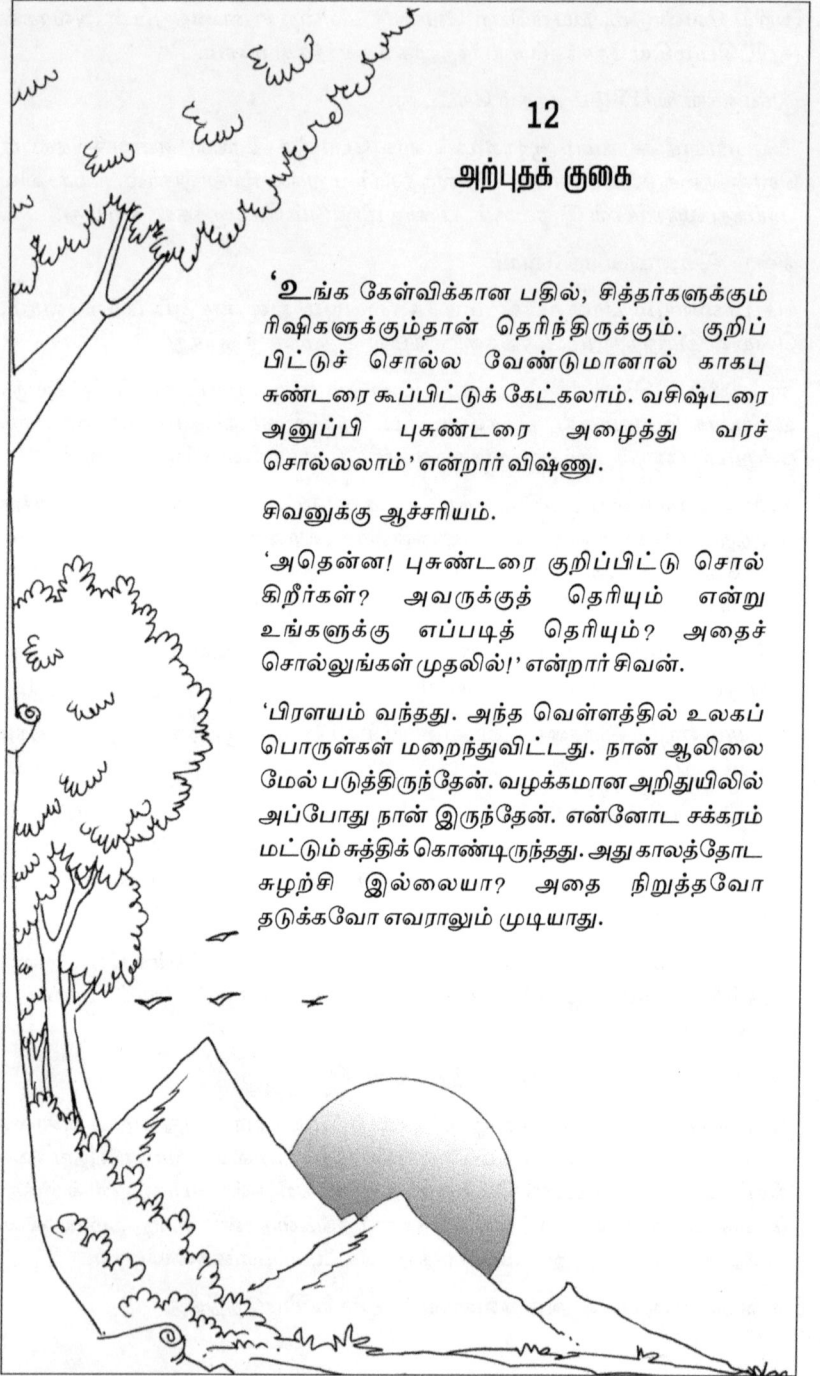

அந்தச் சக்கரத்தை நிறுத்திட்டு கடந்து போனார் புசுண்டர். அதனால் அவருக்குத் தெரியும் என்று நினைத்தேன்'னார் விஷ்ணு.

சிறிது நேரம் கழித்து புசுண்டர் வந்தார். 'எவ்வளவோ பிரளயங்களைப் பார்த்தாகிவிட்டது! இப்போது நான் பார்ப்பது இருபத்தோராவது பிரம்மா' என்று சொல்லி, சிவனுக்கு விளக்கம் சொன்னார்.

புசுண்டர் எப்படி யுகக்கணக்காக இருந்தாரோ, எல்லாவற்றையும் பார்த்தாரோ, அதுபோல பருமனான இந்த மரமும் பார்த்திருக்கலாம் என்று தோன்றியது.

நிதானமாக நடந்து, மலைப் பகுதியின் முனையை எட்டித் திரும்பினோம். மீண்டும் மலையோடு மலையாக ஒட்டி நகர்ந்தோம். பாதை சட்டென அகலமானது.

'இதான் தவசிப்பாறை!'

அதாவது சித்தர் காலாங்கிநாதரின் தவக்குகை.

மலைப்பகுதியின் முனை. ஆனால், ஓரளவு நடக்கவும் உட்காரவும் இடமிருக்கிறது. மிகப்பெரிய பாறையில், ஒரு ஆள் நுழையும் அளவுக்கு தரைப்பகுதியை ஒட்டி சதுரமான நுழைவு. அதிகபட்சம் ஒன்றரை அடிக்கு ஒன்றரை அடி. அவ்வளவுதான்!

தரையில், படுத்து ஊர்ந்துதான் உள்ளே செல்லவேண்டும்.

வந்தவர்களில், கைடு உள்பட பாதிபேருக்கு மேல் வெளியில் அமர்ந்து விட்டார்கள். பிரும்மாண்டமான அந்தப் பாறைக்குள்ளே இப்படியொரு குகை இயற்கையாகவே அமைந்திருக்க முடியாது என்று தோன்றியது. குகைக்கு எதிரே மூன்றடி கடந்தால், படுபாதாளம்! அவ்வளவுதான் இடம்.

உள்ளே நுழையும் வழி இருளாக இருக்கிறது. தரையோடு தரையாக பத்தடி தூரத்துக்கு ஊர்ந்து சென்றால், பிறகு அமர்ந்து கொள்ளலாம். இன்னும் கொஞ்சம் நகர்ந்தால், பிறகு எழுந்து நிற்கவும் நடக்கவும் செய்யலாம். சுமார் பத்து பேர் உட்காரும் அளவுக்கு விஸ்தாரமாக அமைந்தது குகையின் உள்பகுதி.

அழகான சிறு லிங்கம் ஒன்றும் அங்கே இருக்கிறது.

காலாங்கி நாதரின் தவக் குகை ஆச்சரியமான ஒன்றுதான்.

வந்த பதிமூன்று பேரில் ஆறுபேர் தவிர, மற்றவர்கள் வெளியில் காத்திருந் தார்கள். உள்ளே நுழைந்தவரைப் பார்த்தபடி வெளியே நின்றார்கள்.

ஊர்ந்து செல்ல முடியாமல் போனால், காலால் பின்புறமாக நகர முடியுமா என்று முயற்சித்துப் பார்த்தார்கள். வெளியே வர முடியவில்லை என்றால், என்ன செய்வது என்று அஞ்சினார்கள். 'கவலையே படாதே! உள்ளே ஒரு சிறுத்தைய அனுப்பினா நீ, தானா வெளியில வந்துருவே' என்று ஒருவரையொருவர் கேலி செய்தார்கள்.

ஆசை ஒரு பக்கம், அச்சம் மறுபக்கம் என்று தடுமாறினார்கள். உள்ளே நுழைவதும், பின் எழுவதுமாக இருந்தார்கள்.

சிறிது நேரத்துக்குப் பிறகு குகைக்குள் சென்றவர்கள் வெளியே வந்து விட்டார்கள். கால்களை நீட்டி அமர்ந்து, ஆசுவாசப்படுத்திக் கொண்டார்கள்.

'இன்னும் கொஞ்சம், ரெஸ்ட் எடுக்கறதுன்னா எடுங்க. கரெக்டா முப்பது நிமிஷத்துல கீழே இறங்கிடலாம்!' என்றார் கைடு.

ஒவ்வொருவரும் எழுந்து, கிளம்பத் தயாரானோம். பைரவர்கள், எங்களை விடத் துடிப்பாக நின்றார்கள். கீழிறங்க ஆரம்பித்தோம்.

சற்றுதூரம் வரை தென்பட்ட வானம் மறைந்தது. தலைக்கு மேலே வனம் மூடிக்கொண்டது. வழியில், மஞ்சள் நிறத்தில் தண்ணீர் தேங்கிக் கிடந்தது. அதனருகில் வரும் ஊற்றில் இருந்து தண்ணீர் பிடித்துக்கொண்டார் கைடு.

அந்த நீரைப் பார்த்ததும், பஞ்சவேதி உதகநீர் என்றும் மாதவேதி உதகநீர் என்றும் சித்தர்கள் சொன்ன விபரங்களை மனம் அலசியது.

'மஞ்சள் கரைத்த நீர்போல் இருப்பது பஞ்சவேதி உதகநீர். இதேபோல் மஞ்சள் நிறமாகவும், தண்ணீர் மேல் இல்லாமல் சற்று குழகுழப்பாயும் இருப்பது மாதவேதி உதகநீர். இவற்றைப் பயன்படுத்தி - பஸ்மம், செந்தூரம், குளிகை போன்றவற்றைச் செய்வார்கள். அவற்றின் மூலம் உடலை வலுப்படுத்திக் கொள்ளவும், சக்திகளைப் பெறவும் செய்வார்கள்.

தொடர்ந்து நடந்தோம்.

காட்டினுள் பயணம் நீண்டது.

பிரும்மாண்டமான பெரும் மரம் ஒன்றைச் சுட்டிக்காட்டிய கைடு, 'இதுதான் வேங்கை மரம்' என்றார். அருகே கிளைகளே தென்படாமல் ஓங்கிநின்றது அந்த மரம். கீழே விழுந்து கிடந்த இலைகளைப் பார்த்து, இதுதான் இந்த மரத்தின் இலை என்று கண்டறிய முடியவில்லை. முருகன், வேங்கை மரமாக மாறி மறைந்ததும் வள்ளி தேடிய காட்சிகளும் நினைவுக்குள் எழுந்தன. தவிர, உதிர வேங்கை, ரோம வேங்கை என்று அதன் பிற வகைகளையும் நினைவுக்கு வந்தது.

இந்த மரத்தின் பாலை எடுத்து பஸ்மம் செய்து - உடலை காயசித்தி செய்து கொள்வது பற்றியும், செந்தூரம் செய்து பயன்படுத்துவது பற்றியும் சித்தர்கள் ஏராளமாகச் சொல்லியிருக்கிறார்கள்.

குற்றுமரங்கள், உயர்ந்தெழுந்த காட்டுச் செடிகள், முள் நிரம்பிய விருட் சங்கள் என்று நீண்டது அந்த ஒற்றையடிப் பாதை. இரண்டு புறமும் வேலி கட்டிய மாதிரி உயர்ந்து நின்ற செடிகளின் நடுவே நடந்தோம்.

ஏதோ ஒரு கொடி, மரத்தில் ஏறி தொங்கிக் கொண்டிருந்தது. அதை என்ன வென்று கேட்டோம்.

'அது கொடியில்ல, புல்லுருவி!' என்றார் கைடு.

'நல்ல மரத்துக்கு ஒரு புல்லுருவி!' என்ற வழக்குமொழியை நினைவு படுத்தியது அவர் சொற்கள். அதுமட்டுமல்ல! இன்று நினைத்தாலும் நம்பமுடியாத ஒரு நிகழ்வையும் ஞாபகப்படுத்தியது.

நமக்கு மிகவும் நெருங்கிய ஒரு குடும்பத்தில், ஒரு பெண்ணுக்குத் திருமணம் கைகூடவில்லை. ஜாதகரீதியாக சொல்லப்பட்ட பரிகாரங்கள் அனைத்துமே செய்யப்பட்டுவிட்டன. என்ன செய்வது என்று தெரிய வில்லை. பெண்ணுக்கும் 32 வயது கடந்துவிட்டது.

வழியே தெரியாமல் கலங்கினார்கள்.

வழி தெரியாத ஒவ்வொரு மனிதனும், மந்திர மாயங்களைத் தேடுவதுதான் இயல்பு. அந்த இயல்புப்படி, அருள்வாக்கு சொல்லும் ஒரு பெண்ணைப் பார்த்தோம்.

சுமார் முப்பது வயதுதான் இருக்கும் அந்தப் பெண்ணுக்கு. எழுதப்படிக்கத் தெரியாது. கிராமியமாகத்தான் பேசுவார். அவர்முன் அமர்ந்த சில வினாடிகளில், அதிரடியாகப் பேசினார்.

'கடுமையான மாங்கல்ய தோஷமிருக்கு அந்தப் பெண்ணுக்கு. நீ கோயில் கோயிலா போய் பண்ணதெல்லாம் போதாது. ஆகாத பிரச்னைக்கு, முடியாத வழிதான் முடியும். புல்லுருவியைக் கொண்டுவந்து கணேசனுக்கு மாலை போடு. மாங்கல்யம் சேரும்' என்றார்.

புல்லுருவியா! அது எங்கே கிடைக்கும்? எப்படி இருக்கும்? எப்போது பறிப்பது? என்று அடுக்கடுக்காக கேள்விகள் எழுந்தன.

13

பக்தர்களை உபசரிக்கும் ‘கஞ்சி மடம்’

‘பில்லுருவி’ என்று உச்சரித்தாள் அந்தப் பெண்.

அந்தந்த மரத்திலேயே உருவாகும் கொடியைப் போன்றது புல்துருவி என்ற புல்லுருவி என்ற பில்லுருவி. இலை மட்டும், அந்தந்த மரங்களின் தன்மையில் இருந்து கொஞ்சம் மாறுபட்டதாக இருக்கும்.

‘ஞாயிற்றுக்கிழமை, பௌர்ணமி ரெண்டும் ஒண்ணா வர நாள்ல, காலைல ஒம்போது மணிக் குள்ள அதைப் பார்க்கணும். பறிக்கும்போதோ அதைக் கொண்டுபோய் கணேசனுக்கு சேக்கற துக்கு முன்னேயோ - அதை தரையில வெச்சிடக் கூடாது.

யாருக்குக் கல்யாணம் நடக்கணுமோ, அந்தப் புள்ளதான் தன் கையால அதைக் கொண்டுபோய் தானே சூட்டணும். அதுவும், அதிகாலை 5.30 மணிக்குள்ள செய்துரணும். இதப்பண்ணு, மாங்கல்யம் வந்து சேரும்!

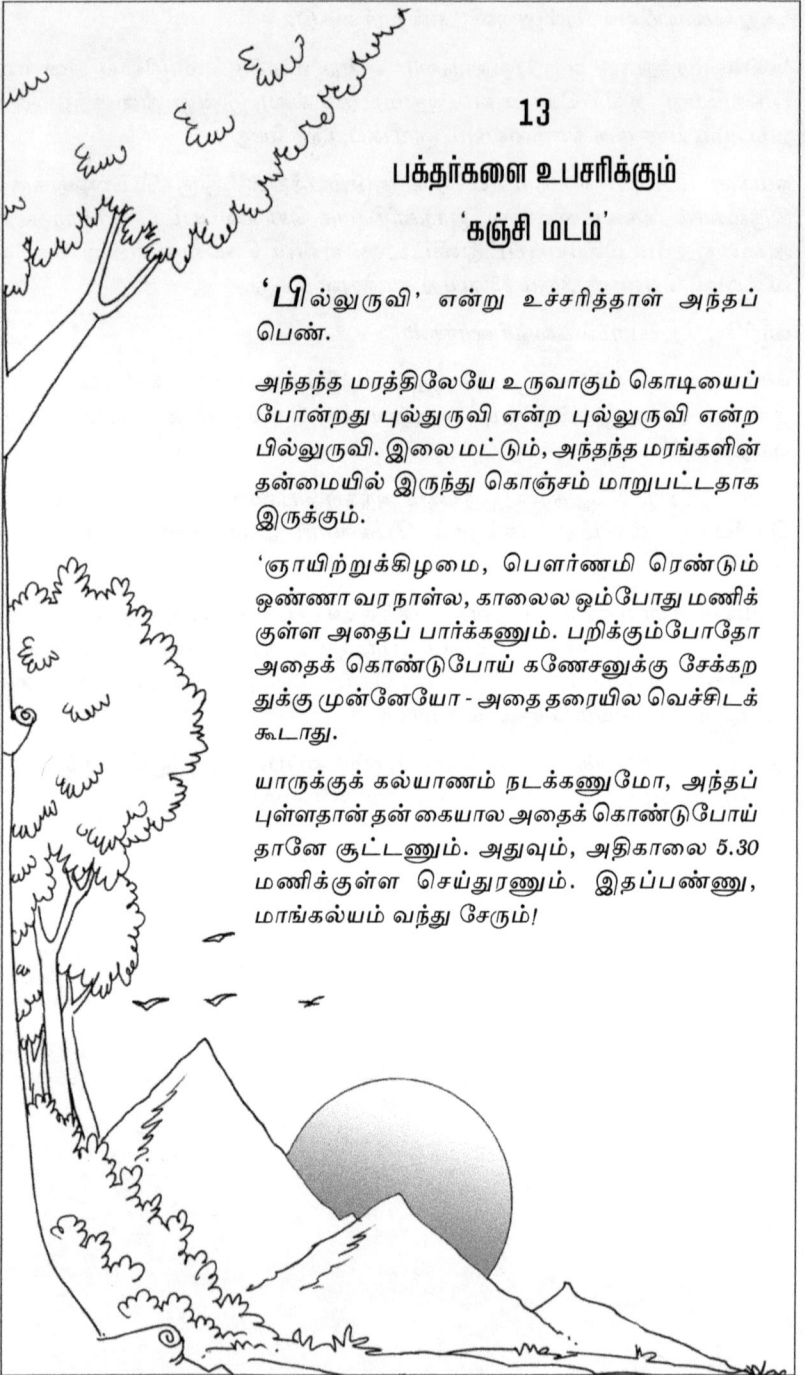

அழுத்தம் திருத்தமாகச் சொன்னாள் அந்தப் பெண்.

அவள் சொன்னதற்கு ஏற்றமாதிரி, ஞாயிற்றுக்கிழமையன்று பௌர்ணமி சேர்ந்த நாள் விரைவில் வந்தது. அவள் சொன்னபடியே பறித்து வந்து, விநாய கருக்கு சூட்டச் செய்தோம். இப்போது நினைத்தாலும் நம்புவது கஷ்டம்தான்!

இதைச் செய்த மூன்று மாதத்தில், திருமணம் நிச்சயமானது. திருமணம் நல்லபடியாக நடந்தேறியது. தற்போது, அந்தப் பெண் சௌகரியமாகவே வாழ்ந்து வருகிறாள். அந்தப் பெண் பயன்படுத்தியது ஆலம் புல்லுருவி.

இதேபோல், வேப்பமரத்தின் புல்லுருவி பற்றியும் சித்தர்கள் பேசியிருக் கிறார்கள்.

ஞாயிற்றுக்கிழமையும் அமாவாசையும் சேர்ந்து வரும் நாளில், இந்தப் புல்லுருவியைப் பறித்துவந்து, அதில் மூன்று மணியாகச் செய்து கோர்த்து கையில் கட்டிக்கொண்டால், சகல சித்துகளும் வசப்படும் என்கிறார்கள் சித்தர்கள். அதைச் செய்வதற்கான வழிமுறைகளையும் தெளிவுறச் சொல்லி யிருக்கிறார்கள்.

தொடர்ந்து காட்டுக்குள் நடந்தோம்.

முள் செறிந்த இண்டஞ் செடிகள், சுர புன்னை, கள்ளி வகைகள் என்று வழியெங்கும் பார்த்துக் கொண்டே நடந்தோம். காட்டுப் பூக்கள் எங்கும் மலர்ந்திருந்தன. பாதை மிகக் குறுகலாக இருந்தது. சிறு இலைகள், முட்கள் கைகளைப் பதம் பார்த்தன.

நேரம், மதியம் மூன்று மணியை எட்டப்போகிறது. போய்ச் சாப்பிட்டு விட்டு, மறுபடி பதினாறு கிலோமீட்டர் கீழே இறங்க வேண்டும். 5.30-க்கு ஒரு பஸ். அதை விட்டால் 6.45-க்குத்தான் அடுத்தது என்றார் ஒருவர்.

கால்கள் வேகம் கொண்டன.

முதல் நாள் பெய்த மழையில், பாதை ஈரமாக இருந்தது. கால் ஊன்றும்போது பல இடங்களில் சரிந்தது. தவசிப் பாறை மட்டும் வருபவர்கள் இந்தப் பாதையில்தான் வருவார்கள். 'பலரும் அடிக்கடி வந்து செல்லும் பாதை இதுதான்! என்றார் உடன் வந்த நண்பர்.

கடுமையாக மூச்சிரைத்தது அவருக்கு.

'மெதுவா வேணா போகலாம்' என்றோம்.

ஆனாலும், அவர் வேகம் குறையாமல் நடந்தார்.

மனித வாழ்வில் நடைபெறும் சம்பவங்களும் சரி, கேட்பதும் படிப்பதுமான செய்திகளும் சரி, ஏதோ ஒரு காரணத்தை முன்னிட்டே நடக்கின்றன.

அவற்றை உற்றுநோக்கினால், நினைவுகூர்ந்தால் மெல்லியதான ஒரு சங்கிலித் தொடர்பு இருப்பது புலப்படும். உதாரணமாக, இந்தப் புல்லுருவி விஷயத்திலேயே அதைப் பார்க்கலாம்.

ஒரு பெண்மணியைச் சந்தித்தோம்.

அவருக்கு ஆஸ்துமா தொந்தரவு உண்டு.

மலைப் பிரதேசங்களுக்குப் போனால், மூச்சுத் திணறல் ஏற்படும். அவருக்கோ, கைலாசத்தைத் தரிசிக்க வேண்டும் என்று ஆசை. மருத்துவர்கள் 'சாத்தியமில்லை' என்று சொல்லிவிட்டார்கள். மிகவும் வற்புறுத்தியதால், 'ஆக்ஸிஜன் கிட்' பயன்படுத்தி சென்று வரலாம் என்று வழி சொன்னார்கள்.

முதல்முறை சென்றபோது, 'ஆக்ஸிஜன் கிட்' கொண்டு செல்லவில்லை. அதனால், மூச்சுத் திணறல் ஏற்பட்டு யாத்திரை முழுமை பெறாமல் திரும்பி விட்டார். மறுமுறை 'ஆக்ஸிஜன் கிட்' கொண்டு சென்றார். மானசரோவரை தரிசித்தார்.

வெள்ளிப் பனிமலையின் தகதகப்பான தோற்றத்தைக் கண்டு மெய்யுருகினார். மறுநாள் காலை, அவர் கூடாரத்தை விட்டு வெளியே வந்தபோது, மேல்நோக்கி ஒருவர் சென்ற கொண்டிருப்பதைப் பார்த்தார்.

'கைலாசநாதனுக்கு பூஜை செய்ய, நந்தி பர்வதத்தில் ஏறப் போகிறேன்!' என்றார் அவர். இந்தப் பெண்மணியும் உடன் வருவதாகச் சொல்லி கிளம்பினார். ஆக்ஸிஜன் கிட்டை எடுத்து மாட்டிக்கொண்டு கிளம்பினார். முன்னால் சென்றவர் திரும்பிப் பார்த்தார். ஆக்ஸிஜன் கிட்டைப் பார்த்து? 'அது எதற்கு?' என்று கேட்டார். இவரும் விளக்கினார்.

'அதை, முதல்ல தூக்கி வீசுங்க!' என்றவர், வேகமாய் நடந்து பூண்டுவதைத் தாவரம் ஒன்றைப் பறித்துவந்து கொடுத்தார். 'இதை மோந்து பாத்துட்டு வா. ஒண்ணும் ஆகாது!' என்றார். உண்மைதான். மூச்சுத் திணறல் ஏதுமின்றி, மலையேறி பூஜையைப் பார்த்துவிட்டு வந்தார் அந்தப் பெண்மணி. இப்போதும் பரிபூரண ஆரோக்கியத்தோடு இருக்கிறார். இத்நச் சம்பவத்துக்குப் பிறகு, மேலும் மூன்றுமுறை கைலாயம் சென்று வந்துவிட்டார்.

சக்திமிக்க மூலிகைகள் நாடெங்கும் இருக்கின்றன. அவற்றை அறியவோ, அதன் பயனை அடையவோ நமக்குத் தெரியவில்லை. குறிப்பாக, பாமரர்கள் என்று சொல்லப்படும் பலரின் பொது அறிவு, மருத்துவ அறிவு படித்தவர்களிடம் கூட காணப்படுவதில்லை.

உதாரணமாக, சில விஷயங்களைச் சொல்லலாம்.

இந்த சதுரகிரி மலையில் வாழும் பழங்குடி இனத்தவர்களை, 'பளியர்' என்று சொல்கின்றனர். இங்கு மட்டுமல்ல; கொடைக்கானல் மலைப்பகுதி; ஸ்ரீவில்லிபுத்தூரை அடுத்த செண்பகத் தோப்பு மலைப்பகுதி; வருசநாட்டின் அருகில் உள்ள சில்லேவேளி உள்ளிட்ட பல பகுதிகளில் பளியர்கள் வசிக்கின்றனர்.

தொடக்க காலத்தில் இவர்கள், பழனி மலைப்பகுதியில் வசித்து வந்தார்கள். பிறகுதான் வேறு இடங்களில் பரவினார்கள். பழனியைச் சேர்ந்தவர்கள் என்ற

அர்த்தத்தில், பழனியன் என்ற சொல்லே பளியன் என்று மருவியதாக ஆய்வாளர்கள் கருதுகிறார்கள்.

வனப் பளியர், தேவ்யப் பளியர் என்று இருவகைப் பிரிவுகள் இவர்களில் உண்டு. தேவ்யப் பளியர் என்பவர், மந்திரங்கள் மூலம் காட்டைக் கட்டி, உள்ளே செல்பவர்களுக்கு உதவுபவர்கள். பேய், பிசாசுகளைப் போக்கும் பூசாரிகள் போன்று விளங்குகிறார்கள்.

வனப் பளியர்கள் தேன் எடுத்தல், கிழங்கு அகழ்தல் போன்ற செயல்களைச் செய்பவர்களாக உள்ளனர். பெரும்பாலான மலைக்காடுகளில் வசிப்பவர்கள் இவர்கள்தான்!

பழங்குடி இனத்தவர்களின் உணவு, உடை, இருப்பிடம், தொழில், திருமண முறை என்று விவரிக்க ஆரம்பித்தால், நம்முடைய பயண நோக்கம் மாறு பட்டு விடும். என்றாலும், சில சுவாரஸ்யங்களை அறிந்துகொள்ளத்தான் வேண்டும்.

இவர்களின் உணவு வகைகளில் முக்கியமானது - முள்ளு வள்ளிக்கிழங்கு. இதை அநேகமாக, எந்த ஊரிலும் சந்தையில் பார்த்திருக்க மாட்டோம். காரணம், இதைத் தோண்டி எடுத்துவிட்டாலும், மறுநாள் என்றெல்லாம் வைத்துக்கொள்ள முடியாது. உடனே அவித்துச் சாப்பிட்டுவிட வேண்டும். இல்லையென்றால், கிழங்கு கெட்டுப் போய்விடும் என்கிறார்கள்.

அவிப்பது என்றால், நம்மைப் போல கிழங்கை அறுத்து நீரில் போட்டு அவிப்பதில்லை. அதற்காக, இவர்கள் கையாளும் முறைதான் கல் அவியல்.

கரிமூட்டம் போடுவது போல, பூமிக்குள் வைத்து கிழங்குகளை வேகவைக் கிறார்கள். இதனால், கிழங்கு முற்றிலும் வெந்துபோகிறது. இதனால், நாக்கில் அரிப்பும் ஏற்படாது.

குங்கிலியம், சாதிக்காய், நெல்லிக்காய், களாக்காய், தேன் ஆகியவற்றைச் சேகரிப்பது, இவர்களின் முக்கியத் தொழிலாக இருக்கிறது. பள்ளிக்கல்வி என்பது, இவர்களை முழுவீச்சில் இன்னும் சென்று சேரவில்லை என்பதும் குறிப்பிடத்தகுந்த விஷயம்.

கல்வியறிவு இவர்களைச் சென்றடையவில்லை என்றாலும், மூலிகைகளைப் பற்றியும் அவற்றின் பயன்பாடு குறித்தும் ஓரளவு தெளிவாகவே அறிந் துள்ளனர் என்பது சிறப்பான செய்தி. கருத்தரிக்க, தாய்ப்பால் சுரக்க, குடும்பக் கட்டுப்பாட்டுக்கு, விஷக்கடிகளுக்கு என்று பல்வேறு மருத்துவ முறைகளைக் கையாளுகின்றனர். இவற்றில் எதுவும் பக்கவிளைவு தருமோ என்று பயப்பட வேண்டிய அலோபதி மெடிசின் இல்லை. எல்லாமே - இலை, காய், கிழங்கு, பட்டை இப்படித்தான்.

- பிள்ளை வளரிக் கிழங்கை, மாதவிடாய் நாள்களில் பச்சையாகச் சாப்பிட்டால் கருத்தரிக்கும்.

- வெண்ணாவல் பட்டை கஷாயம் குடித்தால், தாய்ப்பால் (அதிகம்) சுரக்கும்.
- மலம் பூசணிக் கிழங்கை தீயில் சுட்டு சாப்பிட்டால், குழந்தை உண்டாகாது.
- பூரான், தேள் போன்றவை கடித்த இடத்தில், தீய மரத்துப் பட்டையை அரைத்துப் போட்டால் விஷம் முறியும்; வலி நீங்கும்.
- சிறியா நங்கை இலையை நன்கு மென்று சாறை விழுங்கியும், பாம்பு கடித்த இடத்தில் அந்தச் சாறை வைத்தால், விஷம் இறங்கும்.
- குருட்டுக் கொழுஞ்சி இலையின் சாறை, மோருடன் கலந்து சாப்பிட்டால் மஞ்சள் காமாலை குணமாகும்.

- இப்படிப் பல மருத்துவமுறைகளில் அத்துப்படியாக உள்ளனர் இவர்கள்.

பேசிக்கொண்டே நடந்ததில் இப்படிப் பல தகவல்களும் அடுத்தடுத்து வந்து விழுந்தன. சற்று தொலைவில், சுந்தர மகாலிங்கர் ஆலயமும் கடைகளும் தென்பட்டன. வேகவேகமாக நடந்தோம்.

மண்டபத்தைக் கடந்து, கீழே இறங்கி அமர்ந்தோம். சற்றே ஆசுவாசப் படுத்திக்கொண்டு, ஸ்ரீ காளிமுத்து சுவாமிகள் ஆசிரமத்தை நோக்கி நடந்தோம்.

கடந்த முறை நாம் வந்திருந்தபோது, காளிமுத்து சுவாமிகளைச் சந்தித் திருந்தோம். மிகுந்த பிரயாசையுடன், மகாலிங்கத்தைத் தரிசிக்கவரும் பக்தர்களுக்கு அன்னதானம் அளிக்கும் திருப்பணியை அவர் செய்துவந்தார்.

இரவோ பகலோ, எந்த நேரம் வந்தாலும் அங்கே உணவு உண்டு. அதைப் பற்றிச் சொல்லும்போது, புன்னகை ததும்பச் சொல்வார் சுவாமிகள்.

‘ஐயா! பசிக்கு உணவு உண்டு; ருசிக்கு உணவில்லை. மனசைக் கட்டுப் படுத்தணும்னா, முதல்ல நாவைக் கட்டுப்படுத்தணும்னு பெரியவங்க சொல்லிருக்காங்க.

பெரியவங்க எல்லாம் செய்யற தர்மத்துலதான், இந்த தர்ம காரியம் நடந்துட்டிருக்கு. அரிசி, பருப்புன்னு யாரால என்ன முடியுமோ, எவ்வளவு முடியுதோ அனுப்புறாங்க. அந்தப் புண்ணியவான்களை மகாலிங்கம் காப்பாத்தும்!’

சற்றே குள்ளமாக இருந்ததால், கொஞ்சம் பருமனாகவும் தென்பட்டார் சுவாமிகள். சகஜமாகப் பேசினார்.

அப்போது ‘கஞ்சிமடம்’ என்றுகூட இதைச் சொல்வார்கள்.

வெளியூரில் இருந்து வருபவர்கள் இங்கே தங்கிக் கொள்ளவும் உணவருந்தவும் கட்டணம் ஏதுமில்லை. இதை, திருநெறித் தொண்டாகவே எண்ணிச் செய்கிறார்கள்.

ஆடி அமாவாசை நாளில்தான், கடந்தமுறை வந்திருந்தோம். அப்போது, சாதுக்களின் கூட்டமும், பக்தர்களின் கூட்டமும் அதிகமாயிருந்தது.

சுவாமிகளின் ஆசிரமம் என்பது, பிரும்மாண்டமான பரப்பளவில் இல்லை. அதிகபட்சம், அறுபதில் இருந்து எழுபது பேர் ஒரு நேரத்தில் அமர்ந்து சாப்பிடும்படியான கூடம். அதன் மூலைகளில் - காய்கறிகள், அரிசி உள்ளிட்ட தானியங்கள் இருக்கும். பின்புறம் சமையலறை. வாசலில், சிறு திண்ணைப் பகுதி. அவ்வளவுதான்!

அன்று காலை முதலே அடுப்படி இயங்கிக் கொண்டிருந்தது. அடுத்தடுத்து, உணவு தயாராகிக்கொண்டே இருக்கிறது. பக்தர்கள் அடுத்தடுத்து சாப்பிட, உட்கார்ந்துகொண்டே இருக்கிறார்கள்.

'இல்லை' என்று சொல்லாமல், உள்ளேயிருந்து உணவு வந்துகொண்டே இருந்தது. சுவாமிகளும் சரி; அங்கு பணியாற்றியவர்களும் சரி; ஒரே விஷயம்தான் சொன்னார்கள்.

'ஐயா! எவ்வளவு வேணாலும் சாப்பிடுங்க. ஆனா, வீணாக்கிடாதீங்க!'

மிக மென்மையாகச் சொன்னார்கள்.

பதினான்கு கிலோமீட்டர் தூரம் மலையிலேற்றிக்கொண்டு வந்த உணவுப் பொருட்களை, உண்ணாமல் வீணடிப்பது தவறுதானே!

தவிர, 'அன்னத்தை வீணடிக்காதே' என்கிறது சாஸ்திரமும்!

கடந்த மூன்று ஆண்டுகளுக்கு முன், சுவாமிகள் காலமாகிவிட்டதாகச் சொன்னார்கள். தற்போது ராமசாமி என்பவர் சுவாமிகளின் பணியைத் தொடர்வதாகவும், வெளியூர் சென்றிருப்பதாகவும் அறிந்தோம். ஆண்டுகள், நம்முடைய தோற்றத்திலும் அங்கிருந்த பணியாளர்களின் தோற்றத்திலும் மாற்றங்களை ஏற்படுத்தியிருந்தன. ஆனால், அவர்களின் உபசரிப்பும் பேச்சும் எள்ளளவும் மாறவேயில்லை.

நாங்கள் மலையேறச் செல்லும் முன்பு, மதிய உணவுக்கு வருவதாக இங்கே சொல்லிவிட்டுச் சென்றிருந்தோம். ஒன்பது பேருக்குத்தான் உணவுக்குச் சொல்லியிருந்தோம். காரணம், நாங்கள் புறப்படும் தருணத்தில்தான் திருச்செந்தூர் நண்பர்கள் வந்து சேர்ந்தார்கள். எனவே, இவர்களின் மதிய உணவுக்கு சொல்லமுடியவில்லை.

ஆனால், அவர்களையும் அழைத்துக்கொண்டு மடத்தினுள் நுழைந்தோம். அனைவருக்கும் அன்னம் பரிமாறினார்கள். அடுத்து ஒரு ரசம். தொடர்ந்து ஒரு காய். குடல் தொண்டையை எகிறிப் பிடிக்கும் அளவுக்குப் பசி. அந்தத் தருணத்தில், அந்த உணவு அமுதமாக இருந்தது.

ஒன்பதுபேர் என்று சொல்லிவிட்டு, பன்னிரண்டு பேர் வந்து விட்டார்களே என்று அங்கே இருந்தவர்கள் சஞ்சலப்படவில்லை. அடுத்து, கீழேயிருந்து

மலையேறி பக்தர்கள் எவரும் வந்தால் என்ன செய்வது என்று கவலைப் பட்டார்கள். மீண்டும் உலை வைத்தார்கள்.

கர்நாடக மாநிலம் தர்மஸ்தலாவிலும், பூரி ஜகந்நாதர் ஆலயத்திலும் 'தூங்கா அடுப்புகள்' என்று சொல்வார்கள். எப்போதும், பக்தர்களுக்கு பிரசாதம் தயாராகிக்கொண்டே இருக்கும் என்பதை இப்படிக் குறிப்பிடுவார்கள்.

அந்த எண்ணம், இந்த இடத்திலும் நமக்கு ஏற்பட்டது.

உடன் வந்த சில நண்பர்கள், சாம்பார், ரசம், மோர் என்று எதிர்பார்த்திருந் தார்கள் என்பது புலப்பட்டது. அதை, கேட்கவும் செய்தார்கள்.

'சாமி! பசியாறத்தான் இந்த உணவு. மகாலிங்கத்தைப் பாக்க வந்த யாரும் பட்டினியா இருக்கக் கூடாது. பட்டினியா படுக்கக் கூடாது. இதுதான் எங்க நோக்கம். வரவங்க எல்லாருமே அடியார்தான். அடியார் எல்லாருமே மகாலிங்கம்தான்! உங்களோட தர்மத்தாலதான் இந்ததர்மம் நடந்து கிட்டிருக்கு!'

- மிக நளினமாகச் சொன்னார் அங்கிருந்த பணியாளர். அதோடு நிறுத்த வில்லை.

'நீங்க எவ்வளவு பேர் வேணா வாங்க. ஆனா, முன்கூட்டி சொல்லிடுங்க. கண்டிப்பா, உங்களுக்காக உணவு தயாரா இருக்கும். ஒருவேளை, சொன்னதைவிட அதிகமா வந்தாலும் சாப்பாடு தயார் பண்ணிருவோம். உங்களை மாதிரி இல்லாம, திடீர்னு வேற யாரும் வந்தாங்கன்னா, அவங்களை, பசியில காக்கவைக்கக் கூடாது' என்றும் சொன்னார்.

அவர் சொல்லிக்கொண்டிருக்கும்போதே, மேலும் மூன்றுபேர் உள்ளே நுழைந்தனர். முதல்முறையாக மகாலிங்கரைத் தரிசிக்க வந்தவர்கள் என்பது தோற்றத்திலேயே புரிந்தது. தயங்கித் தயங்கி வந்தனர்.

'ஐயா வாங்க! உள்ளே வந்து உக்காருங்க. முதல்ல பசியாறுங்க!'

வெகுநாள் பழகியவர்களைப் போல வரவேற்ற விதமும் உபசரிப்பும், மனதை நெகிழத்தான் செய்தது. இவர்கள் வேதம் படித்திருக்கவில்லை.

ஆனால், 'அதிதி தேவோ பவ' என்று வேதம் சொல்வதை நடைமுறையில் செயல்படுத்திக் கொண்டிருக்கிறார்கள். விருந்தினரை தெய்வமாகவே பாவிக்கும் தன்மையால், நம்மை பிரமிக்க வைத்தார்கள்.

கண்ணகியின் நினைவு வந்தது.

கணவன், தன்னைப் பிரிந்து போய்விட்டானே என்று அவள் கவலைப் படவில்லை. ஆடல் மகளான மாதவியிடம் மையல் கொண்டுவிட்டானே என்றும் கலங்கவில்லை. குன்றாகக் குவிந்த சொத்துகள் எல்லாம் குறைந்து போகின்றதே என்றும் வருந்தவில்லை. வேறு எதற்காக வருத்தப்பட்டாள்?

அது, நம் பண்பாட்டைப் பற்றிய கவலை. என்ன அது?

14

சதுரகிரிக்கு வந்த தேவலோகப் பசு

'**ம**னைவியில்லாமல் கணவன் வேள்விகள் செய்வது எப்படிச் சிறப்பானதில்லையோ, அப்படி கணவனில்லாமல் பெண்கள் அறச்செயல் செய்வதும் சிறப்புடையதல்ல!' - சாஸ்திரங்கள் கூறும் நியதி இது.

அதைநினைத்துத்தான் கண்ணகி கலங்கினாள்.

- எப்படிப்பட்ட மனம் இவளுக்கு?

'...நெறிமிகுந்த நல்லவர்களுக்கு தர்மம் செய்ய முடியவில்லை; வேதநெறியில் வழுவாத அந்தணர்களை உபசரிக்க முடியவில்லை; வேதநெறியில் வழுவாத அந்தணர்களை உபசரிக்க முடியவில்லை; துறவுநெறியை கைக்கொண்ட மகான்களை எதிர்கொண்டு அழைக்க முடியவில்லை; விருந்தினர்களை உபசரிக்க முடியவில்லை...'

ஒரு இந்துப் பெண்ணின் தர்மம் எது? எதனால் அவள் சிறப்பு பெறுகிறாள் என்று வெளிச்ச மிடுகிறார் இளங்கோவடிகள்.

‘அதிதி தேவோ பவ’ என்பது, சிலப்பதிகாரத்திலும் கண்ணகியின் வாய்மொழியாக இப்படி வெளிப்படுகிறது.

‘அடுத்த பௌர்ணமிக்கும் வாங்க! மகாலிங்கத்தோட அருள் உங்க எல்லோருக்கும் கிடைக்கட்டும்!’ என்ற வார்த்தைகள் சிந்தனையைக் கலைத்தன.

ஆசிரமத்தின் ஊழியர்தான் சொல்லிக் கொண்டிருந்தார்.

‘உங்களை மாதிரி தர்மவான்கள்தான், இநத்த் திருப்பணியை செய்துகிட்டிருக் காங்க. நீங்களும், உங்களுக்குத் தெரிஞ்சவங்களை இதுல ஈடுபடுத்துங்க. அவங்களுக்கும் நல்லது நடக்கட்டும்!’ என்று சொன்னார் அவர்.

உண்மைதான்!

‘பசிப்பிணி’ என்று சொல்லும் மணிமேகலை, ‘உண்டி கொடுத்தோர் உயிர் கொடுத்தோரே!’ என்று அன்னதானத்தின் புகழைப் பேசுகிறது. உணவைத் தவிர, வேறு எதிலும் போதும் என்ற நிறைவை மனிதன் எட்டுவதில்லை. அவன் வயிறு நிறைந்தால், மனம் நிறைகிறது. மனம் நிறைந்தால், வார்த்தைகள் குளிர்ந்து அருள்கொள்கின்றன. அதனால்தான், ‘அன்னதானம்’ சிறப்புடையதாகிறது.

புனிதமான இந்தத் திருப்பணியில் பங்கேற்க நினைக்கும் அன்பர்கள், மேலும் விபரம் அறிய விரும்பினால், ஒருங்கிணைப்பாளர் மேஜர்.அ. பொன்னுசாமியை *94442-36280* என்ற எண்ணில் தொடர்புகொண்டும் அறியலாம்.

விடைபெற்றுக் கிளம்பினோம்.

‘சொல்றேன்னு தப்பா நினைக்காதீக! காட்டுக்குள்ள போயி எதையாவது எடுத்திருந்தீங்கன்னா, அதை இங்கேயே போட்டுட்டுப் போயிருங்க. ஃபாரஸ்ட்காரங்க பிடிச்சு, உங்க பையில இருந்து எதையும் எடுத்தாங்கன்னா, அது உங்களுக்குத்தான் துன்பமா போயிரும். மகாலிங்கத்தைப் பாக்க வந்தீங்க. அதே நிறைவோட திரும்புங்க. எதையாச்சும் வெச்சிருந்தா, இங்கேயே போட்டுட்டுப் போயிருங்க!’ என்றார் அந்த சாது.

கீழே இறங்க ஆரம்பித்தோம்.

வழியில் இருந்த பிலாவடிக் கருப்பரிடம் விடைபெற்றுக் கொண்டோம். பெரும்பாலான அன்பர்கள் காலையிலேயே கீழிறங்கி விட்டதால், மலைப்பாதை காலியாக நடமாட்டமில்லாமல் இருந்தது.

எங்கிருந்தோ வந்து இங்கு ஆசிரமங்களை அமைத்துக் கொண்ட சித்தர்களைப் பற்றிய நினைவுகள் மனதில் ஓடின.

பதினெட்டு சித்தர்கள் என்று சொல்வதிலும், சில மாறுபாடுகள் இருப்பது புரிந்தது. சதுரகிரிப் புராணத்தில் சொல்லப்படும் கணக்கின்படி, பதினெட்டுக்கும் மேற்பட்ட சித்தர்களை அறியமுடிகிறது.

அகத்தியர், அவரின் சீடர்களான சுந்தரானந்தர், புலத்தியர் மற்றும் தேரையர், தேரையரின் சீடரான யூகிமுனி, காலாங்கி நாதர், அவருடைய சீடர் போகர், போகரின் சீடர்களான புலிப்பாணி, இடைக்காடர், கருவூரார், கொங்கணவர், காகபுஜண்டரின் சீடரான ரோமரிஷி, சட்டை முனி, ராமதேவர், மச்சமுனி, அவர் சீடரான கோரக்கர், கமலமுனி என்று பலரைப் பார்க்கிறோம்.

இவர்கள் என்ன குலத்தைச் சேர்ந்தவர்கள்? எத்தகைய திறன் பெற்றிருந்தார்கள்? யாருடைய சீடர்? என்ன நூல்களை எழுதினார்கள்? எங்கு சமாதியானார்கள் என்றெல்லாம் கருத்துகளில் மாறுபாடு இருந்தாலும், அனைவரும் சதுரகிரி யோடு தொடர்புடையவர்கள் என்பதில் மட்டும் எந்த மாற்றமும் இல்லை.

'ஆகாசாத் பதிதம் தோயம்
யதா கச்சதி சாகரம்'

என்ற வரிகள் நினைவுக்கு வந்தன.

வானத்தில் இருந்து, மழைத்துளிகள் எங்கெங்கோ விழுகின்றன. அவை யனைத்தும் பெருகி ஓடையாகி, சிற்றாறாகி, நதியில் சங்கமித்து கடலைச் சென்றடைகின்றன என்பது இதற்குப் பொருள்.

சதுரகிரியின் சுந்தரமகாலிங்கம், ஆற்றல்மிக்க காந்தமாக இருக்கிறான். அதனால்தான், துருவும் மண்ணும் விலகி தேனிரும்பாய் சார்ந்த சித்தர் பெருமான்கள், அவரால் ஈர்க்கப்பட்டிருக்கிறார்கள்.

காந்தத்தைத் தொட்ட இரும்பு அடுத்த இரும்பைத் தொட்டால், அதுவும் பற்றிக்கொள்ளும். அதுபோல, சித்தர்களிடம் கொண்ட மதிப்பும் பக்தியும், நம்மைப் போன்றவர்களையும் சுந்தரமகாலிங்கத்திடம் ஈர்த்திருக்கிறது என்று தோன்றியது.

இந்த சித்தர்கள் போல் உள்ள வேறு சிலரைப் பற்றியும் பேசிக்கொண்டே நடந்தோம்.

இவர்களைத் தவிர, பிற்காலத்தே கூறப்படும் பதினெட்டு சித்தர்கள் கணக்கும் இருக்கிறது. அநேகமாக, இவர்களின் பெயரில் அமைந்த பல பாடல்களை நாம் கேட்டிருக்கக் கூடும்.

அகப்பேய் சித்தர், அழுகணி சித்தர், இடைக்காட்டு சித்தர், கடுவெளி சித்தர், கஞ்சமலைச் சித்தர், கல்லுளி சித்தர், காலாட்டிச் சித்தர், குதம்பைச் சித்தர், சங்கிலி சித்தர், கௌபால சித்தர், ஞான சித்தர், திரிகோணமலை சித்தர், தொழுகணி சித்தர், நாதாந்த சித்தர், பாம்பாட்டிச் சித்தர், நொண்டிச் சித்தர், விளையாட்டுச் சித்தர், மௌள சித்தர் என்றும் ஒருவகை சொல்லப்படுகிறது.

இதுவரை சொல்லப்பட்டவர்களில் இருந்து தனியே பதினெட்டு பேரைக் குறிப்பிட்டு ஒரு வரிசையும் வழக்கத்தில் இருக்கிறது.

திருமூலர் குறிப்பிடும் கஞ்சமலைச் சித்தரும், பிற்காலத்தில் சொல்லப்படும் கஞ்சமலைச் சித்தரும் ஒருவரல்ல என்றொரு கருத்தும் இருக்கிறது. ஆனால்

சேலத்தின் அருகே உள்ள கஞ்சமலை சித்தர் கோவிலுக்கு, அமாவாசை தோறும் சிறப்புப் பேருந்துகள் இயக்கப்படுவதும் பக்தர்கள் பெருந்திரளாய் சென்று வருவதும் அனுபவத்தில் நாம் பார்க்கும் விஷயம்!

சித்தர்களைப் பொறுத்தவரை, அவர்கள் வாசியோகம் பயின்றதால், தங்களின் ஆயுளை நீட்டிக்கும் வல்லமை பெற்றிருந்தார்கள். அதனால், ஒருவர் பல நூறு ஆண்டுகள் வாழ்ந்தார் என்று சொல்லப்படுவதில் தவறு காண ஏதுமில்லை.

திருக்கோவிலூர் தபோவனத்தில் அருளாட்சி செய்த மகான் ஸ்ரீ ஞானானந்த கிரி ஸ்வாமிகளைப் பற்றியும் இப்படிச் சொல்வதை நாம் கேள்விப் பட்டிருக்கிறோம். ஆண்டுக்கு ஒருமுறை, சமாதி நிலையில் இருந்து விழித்து ஒரு பாடலைப் பாடினார் திருமூலர். மூவாயிரம் பாடல்களைக் கொண்ட திருமந்திரம், 3000 ஆண்டுகளாகப் பாடப்பட்டது என்று திருமூலரின் சரிதத்தில் காணலாம்.

பேசிக்கொண்டே நடந்ததால் பயணத்தின் அலுப்பு தெரியவில்லை. ஆனால் மலைக்கு மேல் செல்லும்போது, நாம் விட்டுச்சென்ற செருப்பை, யாரோ அன்பர்கள் அணிந்து சென்றுவிட்டார்கள். அதனால், செருப்பில்லாமல் சரளைக் கற்களும் பாறைகளுமாக இருந்த மலைப்பாதையில் இறங்குவது கடினமாக இருந்தது.

தவிர, காட்டுப் பயணத்தின்போது முட்களின் முத்தத்தால், கால்கள் சோர்ந்து போயிருந்தன. அதனால், ஆங்காங்கே அமர்ந்து செல்ல வேண்டியதாயிற்று.

அடர்த்தியான காட்டுக்குள் ஒற்றையடிப்பாதையில் பயணித்துவிட்டுத் திரும்பியவுடன், இந்த மலைப்பாதை மிகவும் அகலமாகவும் நடக்க எளிமையாகவும் இருப்பதாகத் தோன்றியது. உள்ளங்கால்கள் மட்டும்தான் ஊன்றமுடியாத அளவுக்கு வலித்தன. பேசிக்கொண்டே நடையைத் தொடர்ந்தோம்.

பட்டினத்தார், வள்ளலார் ஆகியோரையும் சித்தர்களாக்கி கணக்கிடும் சமீபகால வழக்கங்களும் பேச்சில் வெளிப்பட்டன. திருவள்ளுவர் பெயரில் விளங்கும் ஞானவெட்டியான் என்ற நூலைப் பற்றியும் பேச்சு தொடர்ந்தது.

தாத்தாவின் பேரை பேரனுக்கு வைக்கிற வழக்கம்போல, சில குறிப்பிட்ட பெயர்கள் திரும்பத் திரும்ப புழங்கியிருக்கின்றன என்பது புரிந்தது. ஏனென்றால், வள்ளுவரின் குறளில் காணப்படும் சொற்களுக்கும் ஞான வெட்டியானின் சொற்களுக்கும் உண்டான கால இடைவெளி அதீதமானது.

சித்தர்களைப் பற்றிய செய்திகளில் எதையும் புறந்தள்ள முடியாது. அவர்கள் நிகழ்த்திய அற்புதங்களில் இருந்து சமாதியான இடம்வரை, எல்லா வற்றிலும் சில மாறுபாடுகள் காணப்படுகின்றன.

காரணம், மகான்களின் தன்மை அது!

ஞானப்பேரொளியாகத் திகழ்ந்த சத்குரு சதாசிவ பிரம்மேந்திரர் - கரூரை அடுத்த நெரூரிலும், மானாமதுரையிலும், பாகிஸ்தானில் உள்ள

கராச்சியிலும் சமாதியடைந்தார் என்றொரு செய்தி உண்டு. ஒருவர் எப்படி மூன்று இடங்களில் சமாதி கொள்ள முடியும் என்ற கேள்வி எழுந்தது.

சிருங்கேரி ஸ்ரீ சாரதா பீடத்தை அலங்கரித்த ஜகத்குரு நரசிம்ம பாரதி ஸ்வாமிகளிடம் இந்தக் கேள்வி எழுப்பப்பட்டபோது அவர் சொன்னார்:

'சதாசிவ பிரம்மம் அபூர்வமான மகான். அவர் தன்னோட ஸ்தூல உடல், சூட்சும உடல், காரண உடல் ஆகிய மூன்றையும் மூன்று இடங்கள்ல விட்டார்னு புரிஞ்சுக்கங்க!' என்றார்.

இதேபோன்று, ஸ்ரீ குழந்தையானந்த ஸ்வாமிகளின் சரிதத்திலும் பார்க்கலாம்.

இவற்றை நினைவுகூற, காரணம் ஒன்றுதான்.

ஆன்மிக வழியில், பக்தி நெறியில் மிகத் தேவையான விஷயம் - சந்தேகங்களுக்கு அப்பாற்பட்ட நம்பிக்கை; பரம விசுவாசம்! அதுதான், இறையருளை ஈர்க்கும் வலிமை பெற்றது. சித்தர்கள் சமாதியானதாகச் சொல்லப்படும் தலங்கள், மிகவும் புகழ்பெற்று விளங்குகின்றன. அந்தத் தலங்களின் புகழுக்கும் அதுதான் காரணம் என்பார்கள்.

அந்த வகையில், வான்மீகர் எட்டுக்குடியில் சமாதி கொண்டார். இது புகழ் பெற்ற முருகன் தலம். சிக்கல், எட்டுக்குடி, எண்கண் இந்த மூன்று தலத்து மூர்த்தியும் ஒரு சிற்பியால் வடிக்கப்பட்டது என்று சொல்லலாம். அவ்வளவு ஒற்றுமை!

சீர்காழியில் சட்டைமுனி. ஞானசம்பந்தருக்கு உமையவள் ஞானப்பால் ஊட்டிய தலம் இது. கரூர் என்ற கருவூரில் கருவூரார்.

குடந்தை என்கிற கும்பகோணத்தில், கும்பமுனி அகத்தியர்.

பிரம்மஹத்தி தோஷம் நீக்கும் புனிதமிக்க திருவிடைமருதூரில், அகப்பேய் சித்தர்.

கமலாலயம் என்று புகழ்கொண்ட திருவாரூரில், கமலமுனி. 64 திருவிளையாடல்கள் நிகழ்ந்த மதுரையில், சுந்தரானந்தர். பொய்கை நல்லூரில் கோரக்கர்.

புகழ்மிக்க திருமலை திருப்பதியில் கொங்கணர்; வைத்தீஸ்வரன் கோயிலில் தன்வந்திரி; அழகர் மலை என்று சொல்லப்படும் அழகர்கோயிலில் இராமதேவர்; அருணகிரியில் இடைக்காட்டுச் சித்தர்; புகழ்பெற்ற போகர் பழநியில்; சிதம்பரத்தில் திருமூலர்; நாகப்பட்டினத்தில் அழுகணி சித்தர்; காஞ்சிபுரத்தில் காலாங்கி நாதர்; திருப்பரங்குன்றத்தில் மச்சமுனி என்று, சித்தர்கள் சமாதி அடைந்ததாகச் சொல்லப்படுகிறது.

எது எப்படியென்றாலும், இவர்கள் அனைவருமே சதுரகிரியில் சஞ்சரித்தவர்கள்; தவம் செய்தவர்கள் என்பதை அறிய முடிகிறது. அதனால்தான், இங்கே உலவும்போது புறக்கவலைகள் நெரிக்கவில்லை. புத்தியிலும் அகத்திலும் புதிதான அமைதி நிலவுகிறது.

நடந்துகொண்டிருந்த சேகர் சொன்னார்:

'இந்த பசுமிதிப் பாறையைப் பாத்தீங்கள்ல. முதல்ல அதைக் கேட்டப்ப, பசுவுக்கு இவ்வளவு பெரிய குளம்பு இருக்குமான்னு தோணுச்சு. அப்புறம் தான், அது தேவலோகப் பசுன்னு புரிஞ்சுச்சு' என்று சொல்லிச் சிரித்தார்.

பசுமிதிப் பாறை என்ற பகுதியை எட்டிவிட்டோம்.

ஒரு பசுவின் கால் குளம்புகள் பதிந்த தடம், அந்தப் பாறையில் அழுத்தமாகத் தென்பட்டது. அது, பச்சைமாலாகப் பிறந்த யாழ்வல்ல தேவரின் பெருட்டு ஏற்பட்டது. மனைவி தெய்வ மங்கையானதை அறிந்த பச்சைமால், பெருமானைத் தரிசிக்க விரும்பி மலையேறினான். பாதி தூரம் ஏறும்போது, மேலே செல்ல வழி தெரியவில்லை. எனவே, இறைவனை வேண்டினான். அதனால், தெய்வப் பசுவான காமதேனுவை வழிகாட்ட அனுப்பினார் பரமன்.

தேவலோகப் பசுவான காமதேனு, சாதாரணப் பசுவாக எதிர்ப்பட்டு, மலைமேல் செல்லும் வழியை பச்சைமாலுக்கு உணர்த்தியது. அதன் குளம்புகள் படிந்த இடம்தான் இது! பசுமிதிப் பாறை என்ற பெயரில் பக்தர்கள் இதை வழிபடுகிறார்கள்.

'இந்தக் குளம்பின் அளவைக் கொண்டு பார்த்தால், அந்தப் பசுவே யானை அளவுக்கு இருந்திருக்க வேண்டும்!' என்று பேசிக்கொண்டே நடந்தோம்.

காட்டினுள் சென்றுவந்ததில், உடலெங்கும் செடிகளும் முட்களும் உராய்ந்த பகுதிகள் எரிச்சல் கண்டன. அந்த எரிச்சல் இதமாக மாறும் வண்ணம், ஓடையில் இறங்கி நண்பர்கள் நீராடினர்.

மணி ஐந்தரையாகிவிட்டது. தாணிப் பாறையை எட்டியவுடன், 'ஐந்தரை பஸ் போயிடுச்சு. இனி ஆறரைக்குத்தான்' என்று சொன்னார்கள்.

மோகனூரைச் சேர்ந்த சக்திமுருகனும் கரூர் நண்பர்களும், அங்கே காத்துக் கொண்டிருந்தார்கள். ஒருமணிநேரம் காத்திருப்பதா?

பஸ் ஸ்டாண்டில் செல் நம்பர் எழுதியிருந்தார்கள். அந்த நம்பரைத் தொடர்புகொண்டால், வத்தராயிருப்பில் இருந்து ஆட்டோ வரும். தொடர்புகொண்டோம். அடுத்த இருபது நிமிடத்தில் தடதடத்து வந்தது ஆட்டோ. சாதாரணமாக எட்டு பேர் அமர்ந்து செல்லலாம். உள்பக்கம் சீட் போலவே, பின்பக்கம் பார்த்தும் உட்காரும் அமைப்பு.

ஆட்டோ சீறிக் கிளம்பியது.

சித்தர்களின் தவபூமியில் இருந்து சராசரிக் கவலைகளும் சஞ்சலங்களம் நிரம்பிய நம்முடைய உலகத்தை நோக்கி வருகிறோம் என்று மனதுக்குப் புரிந்தது. காரணம், செல்போன் ஒலிக்க ஆரம்பித்துவிட்டது.

15
இது ஓர் ஆன்மிக பூமி

ஆட்டோவில் வரும்போது வெளிநாட்ட வர்களும் - மூலிகைக் காற்றுக்காகவும் வனங் களையும் மலைகளையும் காணவேண்டும் என்பதற்காகவும், சதுரகிரிக்கு வர ஆரம்பித் திருக்கின்றனர் என்று ஆட்டோக்காரர் சொன்னார். மகிழ்ச்சியாக இருந்தது.

வத்தராயிருப்பில் இறங்கினால், நிற்க முடியாத அளவுக்கு காலில் வலி!

ஸ்ரீவில்லிபுத்தூர் செல்லும் பேருந்தில் ஏறினோம். அதிலும் ஸ்டாண்டிங்தான். அதுவரை தோன்றாத பிரிவுணர்ச்சி மனத்தில் ஏற்பட்டது.

யார் இவர்களெல்லாம்?

உடுமலைப்பேட்டை, மோகனூர், கரூர் என்று வெவ்வேறு இடங்களில் இருந்து வந்தவர்கள். இரண்டு நாள்கள்தான் அறிமுகம். அதற்குள் என்ன மனக்கசிவு?

'இருங்க. டீ சாப்ட்டுட்டுக் கிளம்பலாம்' என்றார்கள்.

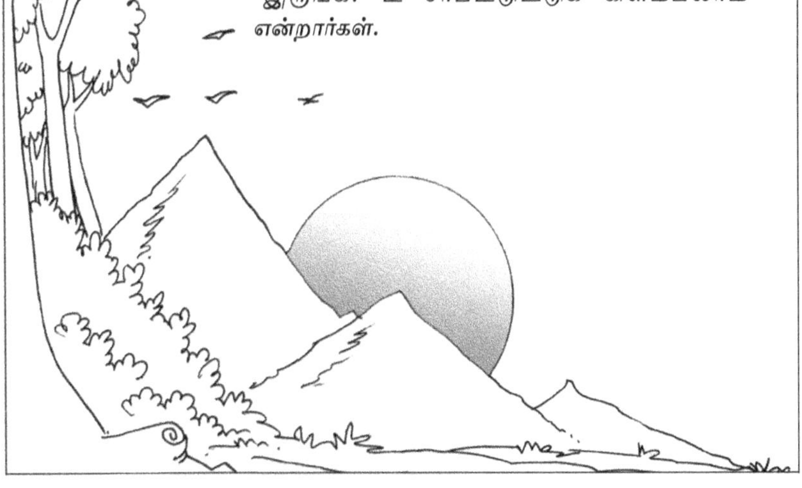

டீ சாப்பிட்டோம். என்ன பேசுவது? ஏதோ ஒன்று தடுத்தது. என்னவென்று புரியவில்லை. செல் நம்பர்கள், முகவரிகளை பெற்றுக்கொண்டோம்.

'அப்பப்ப போன் பண்ணுங்க.'

'அடுத்த பௌர்ணமிக்கு வருவீங்க இல்ல?'

'நான் மெட்ராஸ் வந்தா கூப்பிடுவேன். எதுவும் பிரச்னை இல்லியே?'

'எத்தனை மணிபோல கூப்பிடலாம்?'

விதவிதமான கேள்விகள் எழும்பின. எல்லாவற்றுக்கும் பதில் சொன்ன படியே நின்றோம். உள்ளங்கால் ஊன்றமுடியாமல் வலிக்கிறது.

'வெய்ட் பண்ணட்டுங்களா? ரூமை வெக்கேட் பண்ணிட்டு வந்துடுறீங்களா?' என்றார் சேகர்.

'வேண்டாம், நீங்க புறப்படுங்க!' என்று அவர்களை அனுப்பிவிட்டு லாட்ஜ் நோக்கித் திரும்பினோம்.

செல்போன் ஒலித்தது. அர்ஜுனன்!

மனிதனுக்கு நூறு வயது. அப்போதுதான் அவரைப் பற்றிய எண்ணம் எழுந்தது.

'சார்! எங்க இருக்கீங்க? நான் லாட்ஜ் வாசல்ல இருக்கேன்!' என்றார் அர்ஜுனன். எதிரில் இருந்த கடையில் ஒரு செருப்பை வாங்கி மாட்டிக் கொண்டு விந்தி விந்தி நடந்தோம்.

'என்ன சார், கால் வீங்கிருச்சா?' என்றார் அர்ஜுனன்.

தலையசைத்தபடியே அறையினுள் நுழைந்து, காலை நீட்டிப் படுத்தோம். அருகில் சேரில் அமர்ந்த அர்ஜுனன், பேச ஆரம்பித்தார்.

'நேத்துப் பார்த்தோம்ல ஒரு பெரியவரு. அவரைக் கொஞ்சம் முன்னால பாத்தேன். உங்களை ரொம்ப விசாரிச்சாரு. அவரும் மெட்ராஸ் வரப் போறாராம். உங்க நம்பர் கேட்டாரு. கொடுத்திருக்கேன்.

சுமார் ஐந்து மணிநேர அறிமுகம்தான். எப்படி இந்த மனிதர்களால் பளிச் சென்று ஒட்டுக்கொள்ள முடிகிறது? இப்படி அக்கறையோடு விசாரிக்கத் தோன்றுகிறது?

படிப்பும் நாகரிகமும், நம்மை மனிதர்களிடம் இருந்து அப்புறப்படுத்தி விட்டதாகத் தோன்றியது. வெட்கம், தயக்கம், அச்சம், தன்னைப் பற்றிய அதீதமான மதிப்பீடு, மற்றவர்களைப் பற்றிய தாழ்வான எண்ணம் - இவையெல்லாம் படிப்பு என்றும் நாகரிகம் என்றும் பெயர் கொண்டு, நம்மைச் சூழ்ந்திருப்பதாகத் தோன்றியது.

மலையேறும்போது நடந்த சம்பவங்கள் நினைவுக்கு வந்தன.

மதுரையில் இருந்து வந்திருந்த இருவர், நாம் ஓய்வெடுத்த இடத்திலேயே வந்து அமர்ந்தனர். தாங்கள் கொண்டு வந்திருந்த பிஸ்கெட்டுகளை எல்லோருக்கும் எடுத்துக் கொடுத்தனர். திண்டுக்கல்லில் இருந்து வந்திருந்த ஐந்து பேர் கொண்ட குழுவினரும் இப்படித்தான் செய்தார்கள். குளுக்கோஸ் பாக்கெட்டைப் பிரித்து அனைவருக்கும் வழங்கினார்கள். நெல்லிக்காய் பறித்து அனைவரும் பகிர்ந்து கொண்டார்கள்.

யாரும் யார் பெயரையும் கேட்கவில்லை; கைகுலுக்கிக் கொள்ளவில்லை; என்ன பண்றீங்க' என்று விசாரிக்கவில்லை. 'எங்களைப் போல நீங்களும் மகாலிங்கத்தைப் பார்க்க வந்திருக்கிறீர்கள். எங்களுக்கு ஏற்பட்டுள்ள களைப்பும் தாகமும் உங்களுக்கும் இருக்கும்' என்று புரிந்துகொண்ட வர்களைப் போலச் செயல்பட்டார்கள்.

மனிதநேயம், மனிதத் தன்மை என்றெல்லாம் அவர்கள் சொல்லவில்லை. வார்த்தைகளைப் பயன்படுத்தாமல், வழிகாட்டினார்கள்; வாழ்ந்து காட்டினார்கள்.

மனத்தில் சில்லென்று ஓர் உணர்வு மேலிட்டது.

நகர்ப்புறத்தில் எவரையும் கண்டுகொள்ளாத போக்குக்கும், இங்கே காணும் எதிர்நிலைக்கும் எவ்வளவு தூரம்? இவர்கள் இயல்பே இப்படித்தான் என்றும் தோன்றியது; அப்படித்தான் இருக்க வேண்டும்.

ஔவை அப்படித்தான் சொல்லியிருக்கிறாள்.

> சித்திரமும் கைப்பழக்கம்; செந்தமிழும் நாப்பழக்கம்;
> வைத்ததொரு கல்வி மனப்பழக்கம் - நித்தம்
> நடையும் நடைப்பழக்கம்; தானமும் தயையும்
> கொடையும் பிறவிக் குணம்.

- என்பாள் ஔவை.

தயை என்கிற பரிவு என்கிற அருள், திடீரென்று எழாது. பிறவியிலேயே அது இருக்க வேண்டும் என்பது ஔவையின் முடிவு.

மணி எட்டு முப்பது.

அறைக்கே, டிபனைக் கொண்டுவரச் சொல்லி சாப்பிட்டோம்.

'மன்னிச்சிடுங்க. உங்ககூட இருக்கமுடியாம போயிருச்சு. மாப்ளகிட்ட, நேத்து நைட்லயே போன் பண்ணி சொல்லிட்டேன். ரொம்ப வருத்தப் பட்டாப்ல. நீங்க தப்பா எதுவும் நினைச்சிக்கக் கூடாது! - அர்ஜுனன் மிகவும் வருந்தினார்.

அவரைச் சமாதானப்படுத்துவதே பெரும் வேலையாகிவிட்டது.

குறிப்புகளை எடுத்து அடுக்கி, கிளம்பினோம். ஒன்பது முப்பதுக்கு பஸ். ரூமை காலி செய்துவிட்டு பஸ் ஸ்டாண்டை எட்டினோம்.

மீண்டும் ஸீட் நம்பர் ஒன்பது.

காலை நீட்டிக்கொண்டு அமர்ந்தோம்.

'காலையில போய் இறங்கினதும் போன் பண்ணுங்க. இன்னொருமுறை தங்கள மாதிரி வாங்க. எல்லா இடமும் சுத்திப் பாக்கலாம். இவ்ளோ தூரம் வந்துப்புட்டு, எங்க ஆண்டாள் அம்மாவை பார்க்காம போறீங்க?' என்றார் அர்ஜுனன்.

வாஸ்தவம்தான்!

பெரியாழ்வாரின் திருமகளாக வளர்ந்து பெரிய பெருமாளை அடைந்த ஆண்டாளை, அவள் அவதார பூமிக்கு வந்து தரிசிக்காமல் செல்வது வருத்த மானதுதான்.

உனக்காகவே மீண்டும் ஒருமுறை வருவதாக மனதுக்குள் சொல்லிக் கொண்டோம். பஸ் கிளம்பியது. அர்ஜுனன் கையசைத்தபடியே நின்றார்.

எண்ணங்கள் வெளியே உலாக் கிளம்பின.

தாணிப்பாறையில் இருந்து மீண்டும் மலை ஏற ஆரம்பித்தன, கண்களை அழுத்தமாக மூடிக்கொண்டோம். பார்த்த இடங்கள் அனைத்தும் மீண்டும் காட்சிகளாக விரிந்தன.

உலகனைத்தையும் ஒரே குடும்பமாகப் பார்த்த சித்த புருஷர்களின் நினைவு வளர்ந்தது. அவர்கள் வசித்தனர் என்பதால், சதுரகிரியின் மீதான காதல் அதிகப்பட்டது.

அங்கே இன்னும் நாம் காணவேண்டிய பகுதிகள் பல உள்ளன. எல்லா வற்றையும் பார்த்துவிட வேண்டும் என்ற ஆவல் பெருகியது.

நம்முடைய கண்ணில், சித்த புருஷர்கள் என்று யாரையும் பார்க்க முடிய வில்லையே என்று தோன்றியது. அங்கு பார்த்த சாதுக்களின் முகங்கள், ஒவ்வொன்றாக நினைவில் எழுந்தன.

இவர்களில் எவரும் சித்த புருஷர் இல்லை என்று எப்படிச் சொல்வது என்ற கேள்வி எழுந்தது. பதில் தெரியாத பள்ளி மாணவனைப் போல், புத்தி ஒடுங்கி நின்றது.

பச்சை ஓணாண், உடும்பு, கீரி, சிங்கவால் குரங்கு என்று பார்த்த மிருகங்கள்... வேங்கை மரம், திருகு கள்ளி, புல்லுருவி, கண் திருஷ்டி மரம் என்று பல மரங்கள்... மஞ்சள், பச்சை, கறுப்பு என்று பல நிறத்தில் தென்பட்ட நீர்க்குட்டைகள்...

அனைத்தும், மனத்திரையில் மீண்டும் காட்சிகளாக ஓடின.

தவசியைப் பார்த்துவிட்டுத் திரும்பும்போது, உடுமலைப் பேட்டை நண்பர் வெங்கடசாமி சொன்ன விஷயத்தில் நிலைப்பட்டது மனம்.

‘ஐயா! நீங்க எழுதும்போது, ஒரு செய்தியை முடிஞ்சா சொல்லுங்க. மலைக்கு வாங்க. மகாலிங்கத்தைத் தரிசனம் பண்ணுங்க. காட்டுக்குள்ள போய் சுத்திப் பாருங்க. அதையெல்லாம் வேண்டாம்னு யாரும் சொல்லலை. ஆனா, காட்டுக்குள்ளேயும் மலைலேயும் பயணம் செய்யறவங்க தயவு செஞ்சு பிளாஸ்டிக் கவரை அங்க வீசிட வேண்டாம். அதை எடுத்துட்டு வந்து கீழே போடுங்கன்னு எழுதுங்க!’

- ஆதங்கமாய் சொன்னார் வெங்கடசாமி.

‘அதுக்கு ரெண்டு காரணங்க ஐயா. ஒண்ணு மழைத்தண்ணி பூமிக்குள்ள போகாம இந்த பிளாஸ்டிக் தடுத்துடுது. இன்னொன்று, இந்த மலையில இருக்கிற பிராணிகளைக் காப்பாத்தணுங்க. அதுக இந்த பிளாஸ்டிக்கை முழுங்கினா, அதுக உயிருக்கே ஆபத்து. சமீபத்துல ஒரு மான் இந்த மாதிரி பிளாஸ்டிக் கவரை முழுங்கி, ஆபத்தான நிலைல காப்பாத்தினாங்க.

ஒரு யானையோட வயித்துல கட்டி மாதிரி இருக்குன்னு பாத்தப்ப, எட்டு கிலோ எடைக்கு பிளாஸ்டிக்கே இருந்துச்சு. எங்கேன்னு தெரியுமா? நம்ம, முதுமலை வனவிலங்கு சரணாலயத்துல! நாம சந்தோஷப்படறது சரிங்க ஐயா. ஆனா, அதுக்காக பிராணிகள் சாக காரணமாகக் கூடாதுல்ல!’

மிகுந்த அக்கறை தொனித்தது அவர் பேச்சில்.

‘தமிழக பசுமை இயக்கம்’ என்ற பெயரில் கோயம்புத்தூரை தலைமையிடமாகக் கொண்டு இயங்குகிறது ஓர் அமைப்பு. அந்த அமைப்பின் உடுலைப் பேட்டை கிளையில், உறுப்பினராக இருக்கிறார் நண்பர் வெங்கடசாமி.

எங்கள் மலைப்பயணத்தில் நாங்கள் கொண்டுசென்ற பிளாஸ்டிக் கவர்களைத் திரட்டி, அடிவாரத்தில் கொண்டு வந்து போட்டார் அவர். சுற்றுச்சூழலில், உண்மையாகவே மிகுந்த ஈடுபாடு இருந்தது அவரிடம்!

பயண அனுபவத்தை ஒட்டுமொத்தமாகப் பரிசீலிக்கும்போது, மனம் சொன்னது:

‘மற்றவர்களைத் துன்புறுத்தாமல், உன் சந்தோஷத்தை அனுபவி! அதற்குச் சிறந்தவழி பயணங்கள்தான்!

உன் மனம், அறிவு, எண்ணங்கள், செயல், பேச்சு என்று அனைத்திலும், விரிவையும் தெளிவையும் அளிக்கக்கூடிய தன்மை, பயணங்களுக்கு மட்டுமே உண்டு. அதைவிட அதிகமாக மலைப் பிரதேசங்களுக்கு உண்டு; அதையும்விட சித்தர்களின் தவபூமியான சதுரகிரிக்கு உண்டு.

அதில் சந்தேகமில்லை!

சதுரகிரி சத்தியமாக ஒரு ஆன்மிக பூமி!

16

எங்கே இருக்கிறது சதுரகிரி?

சித்தர்களின் தவபூமி என்றும் பதினெண் சித்தர்களும் வசித்த இடம் என்றும் சிறப்புடைய இந்தச் சதுரகிரி, விருதுநகர் மாவட்டம் ஸ்ரீவில்லிபுத்தூர் வட்டத்தில் இருக்கிறது. ஸ்ரீவில்லிபுத்தூர் அருகில் உள்ள வத்தராயிருப்பில் இருந்து, சுமார் பத்து கிலோமீட்டர் தொலைவில் உள்ளது தாணிப்பாறை. சதுரகிரி மலையின் அடிவாரப் பகுதி இதுதான்.

இங்கிருந்துதான் மகாலிங்க மூர்த்தியைத் தரிசிக்க மலையேற வேண்டும். வனத்துறையின் பராமரிப்பில் உள்ண்ள பகுதி அது.

தாணிப்பாறை வழியைத் தவிர, வருச நாடு வழியாகவும் மதுரை மாவட்டம் சாப்டூர் வழியாகவும், இந்த மலைக்கு வேறு வழிகள் இருக்கின்றன. என்றாலும், தாணிப்பாறை வழிதான், பெருமளவில் பயன்படுத்தப்பட்டு வருகிறது.

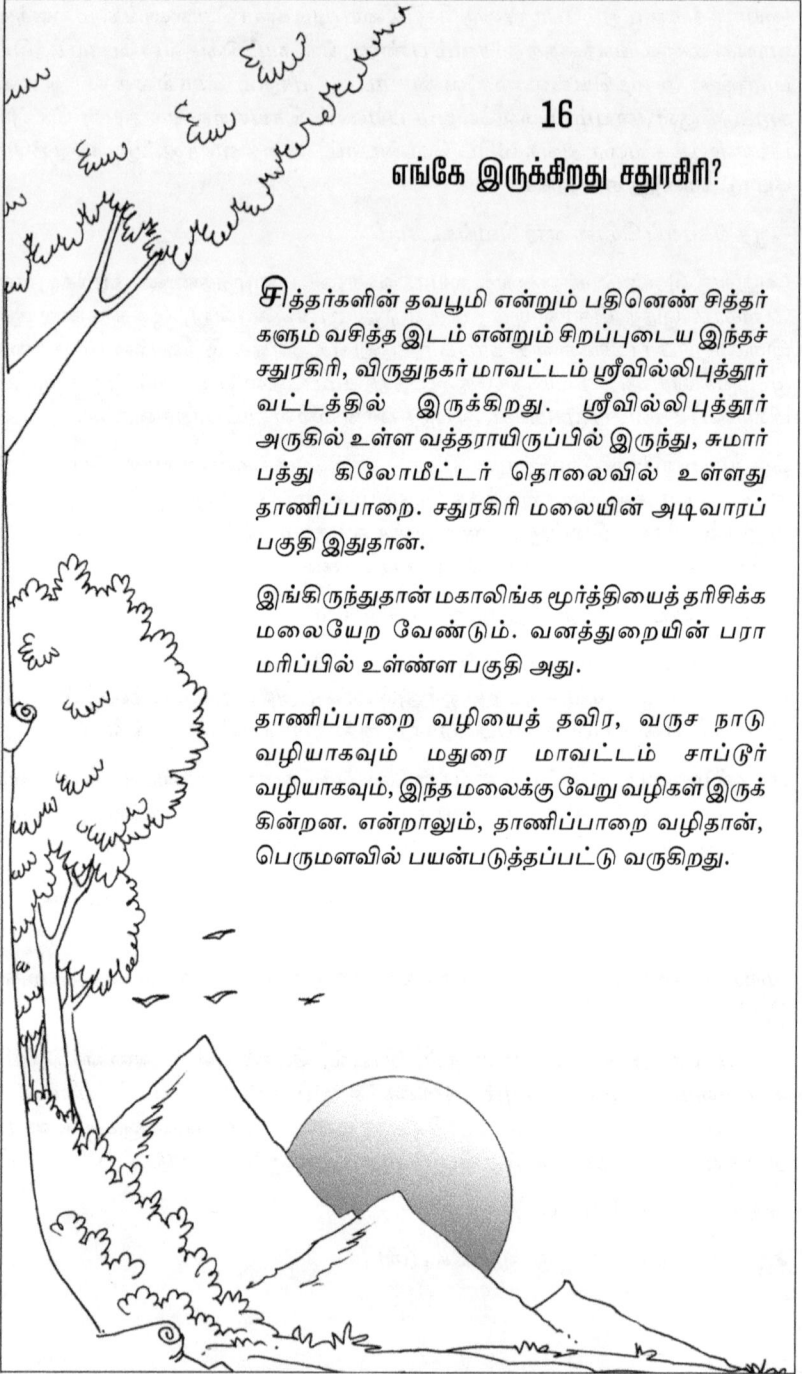

எப்படிச் செல்வது?

சென்னையில் இருந்து ஸ்ரீவில்லிபுத்தூர்வரை செல்ல, தமிழக அரசு விரைவுப் பேருந்துகள் பல உள்ளன. சென்னையில் இருந்து செங்கோட்டை செல்லும் பேருந்துகள், ஸ்ரீவில்லிபுத்தூர் வழியாகச் செல்கின்றன. அங்கிருந்து வத்திரா யிருப்புக்கு பேருந்து வசதிகள் அதிகம் உண்டு. வத்திராயிருப்பில் இருந்து மினி பஸ், தாணிப்பாறைக்கு இயக்கப்பட்டு வருகிறது. தாணிப்பாறையில் இருந்து நடந்துதான் மலையேற வேண்டும்.

தவிர, ஸ்ரீவில்லிப்புத்தூரில் இருந்து தாணிப்பாறைக்கு நகர்ப் பேருந்தும் உண்டு. காலை 5.30 மணி மாலை 4.15 மணி என இருமுறை இயக்கப்படுகிறது.

இவை தவிர, வத்திராயிருப்பில் இருந்து தாணிப்பாறைக்கு ஆட்டோக்கள் உண்டு. அதற்குக் கட்டணமாக ரூ.70/- வசூலிக்கிறார்கள்.

எவ்வளவு செலவாகும்?

சென்னையில் இருந்து சதுரகிரி வரை சென்று திரும்ப, தனி நபருக்கு சுமார் ரூ.450/- செலவாகும். அரசு விரைவுப் பேருந்துகளில் உள்ள சூப்பர் டீலக்ஸ் கட்டணங்கள் மாறுபடலாம். டிராவல்ஸ் மூலம் செல்வதென்றால், சுமார் 700 ரூபாய் செலவாகும். பயணத்துக்கான செலவு மட்டுமே இது. உணவுக்கோ, தாணிப்பாறையில் இருந்து ஆட்டோவில் வருவதற்கோ இந்தக் கட்டணங்களில் சேராது.

ஆலயத்துக்குத் தேவையான பொருட்கள் வாங்கும் செலவு மற்றும் சில்லறைச் செலவுகள் அனைத்துமே தனி. அதிகபட்சமாக ஆயிரம் ரூபாய் தேவைப்படும். அவ்வளவுதான்!

என்ன சிறப்பு?

சுயம்புவான சுந்தர மகாலிங்கம்; அகத்தியரால் பூஜிக்கப்பட்ட சுந்தர லிங்கம்; தேவி உமையவளால் அமைந்த சந்தன மகாலிங்கம் என்று சிவபெருமானின் சந்நிதிகள்.

ஆனந்த வல்லியம்மை; முருகன்; பல பிலாவடிக் கருப்பர்; காளியம்மை, பேச்சியம்மன், பைரவர் என்று பல்வேறு சந்நிதிகள். கோரக்கர், சட்டைமுனி, காலாங்கி நாதர் என்று சித்தர்கள் பலரும் தவமிருந்த குகைப் பகுதிகள்.

அழுகண்ணி, தொழுகண்ணி, நாகதாளி, சீந்தில் கொடி, வெள்ளைப்புனல் முருங்கை, முப்பிரண்டை என்று பல்வேறு மூலிகைகள்.

உதிரவேங்கை, கல்லத்தி, தேவதாரு, ஏறழிஞ்சில், மலை வேம்பு, ரோம விருட்சம், இந்திரவீர மரம், நெல்லி என்று பற்பல மரங்கள் என அபூர்வங்களின் சங்கமமாக விளங்குகிறது சதுரகிரி. இது மாசு படாத இயற்கையின் மடி! இதுவே பெருஞ்சிறப்பல்லவா?

தங்குமிடம்?

தங்குவது என்பது கஷ்டமான விஷயமல்ல.

சுந்தர மகாலிங்கர் ஆலயத்தை அடுத்த மண்டபம், காளிமுத்து சுவாமிகள் மடம், தாணிப்பாறை மடம் என்று, தங்குமிடங்கள் பல இருக்கின்றன. இங்கு தங்குவதற்கான கட்டணம் ஏதுமில்லை.

ஆனால், அமாவாசை மற்றும் பௌர்ணமி தினங்களில் மட்டும்தான் பக்தர்களின் வருகை இருக்கும். கடைகளும் அப்போதுதான் இருக்கும்.

மற்ற நேரங்களில் பக்தர்கள் வருகை அதிகமிருக்காது.

என்ன எடுத்துச் செல்லலாம்?

'மூட்டை முடிச்சை குறையுங்கள். வண்டிப்பயணம் சுகமாகும்' என்ற பாடலை நினைவுபடுத்திக்கொள்ளுங்கள். அதிகம் சுமை தூக்க வேண்டாம். மலையேறும்போது கஷ்டமாயிருக்கும்.

தங்கி குகைகளைப் பார்க்க வேண்டும் என்று நினைத்தால் இரண்டு சட்டைகள், வேட்டி, உள்ளாடைகள் மாத்திரம் போதும். விரும்பினால் - கேமரா, குறிப்பேடுகள் என்று எடுத்துக் கொள்ளலாம். வேண்டுமானால் - ஏர் பில்லோ, போர்வை, ஷால் வைத்துக்கொள்ளலாம்.

முக்கியமாக, நினைவில் வைத்துக் கொள்ளுங்கள். கோயில் மட்டும்தான் அறநிலையத் துறையின் பொறுப்பு. மற்ற அனைத்தும் வனத்துறையின் பார்வைக்கு உட்பட்டது. காட்டுக்குள் சென்று குகைகளைப் பார்க்க நுழைந்தால், பார்ப்பதோடு நிறுத்திக் கொள்ளுங்கள். மரத்தின் பட்டை, யானை வால் முடி என்று வம்பை விலைக்கு வாங்கிக் கொள்ளாதீர்கள்.

உணவு வசதி எப்படி?

அமாவாசை மற்றும் பௌர்ணமி தினங்களில், கடைகளில் உணவு கிடைக்கும், டிபன் கிடைக்கும். தவிர, மடத்திலும் உணவு கிடைக்கும். உணவைப் பற்றி எந்தக் கவலையும் வேண்டாம். மகாலிங்கத்தைப் பார்க்கப் போய், பட்டினி கிடக்க வேண்டி வராது. இந்த நேரங்களில் டீ, சுக்கு காபி என்று நகர்ப்புறத்தில் கிடைக்கும் அத்தனையும் இங்கும் கிடைக்கும். அது கிடைக்குமோ கிடைக்காதோ என்று எந்தக் கவலையும் வேண்டாம்.

குறிப்பாக, ஒரு குழுவாகச் செல்பவர்கள் இதுகுறித்து முன்னேற்பாடு எதுவும் செய்துகொள்ள வேண்டும் என்றால், காளிமுத்து சுவாமிகளின் ஆசிரமத்துக்கு தொடர்புகொண்டு பயன்பெறலாம். போன்: 04563-325433.

திருத்தல மகிமை

கடன்களிலேயே முக்கியமானது பிதுர்க்கடன் என்று சொல்வார்கள். பிதுர்க்கடன் சரிவர செய்யப்படாதபோது, குடும்பத்தில் மனக்குழப்பம்,

காரணமில்லாத துக்கம், பொருள் நஷ்டம், அடுத்தடுத்து தடை என்று பிரச்னைகள் தொடர்ந்துகொண்டே இருக்கும். அதற்காகத்தான் அமாவாசை நாள்களில், தர்ப்பணம் செய்வது மற்றும் திதி கொடுப்பார்கள். இதுவரை செய்யத் தவறியவர்கள், சதுரகிரியில் இதைச் செய்வதால், முழு நன்மை ஏற்படும். அதோடு, அஸ்வமேதம் போன்ற பெரும் வேள்விகளைச் செய்த பலனும் உண்டாகும்.

இங்குள்ள அடியார்களுக்கு - உணவு, ருத்ராட்சம், திருநீறு, புகையிலை என்று எதை தானமாகக் கொடுத்தாலும் அளவில்லாத நலம் விளையும்.

பதினாறு ஆண்டுகள் உண்ணாமலும் உறங்காமலும் தவம் செய்து பெறும் பலனை, திங்கட்கிழமை வரும் புரட்டாசி அமாவாசை நாளில் விரதத்தால் அடையலாம்.

'சுந்தரமகாலிங்காயா' என்ற திருநாமத்தை ஜபிப்பவர்கள், ஆண்டுக்கணக்கில் தீர்த்த யாத்திரை மேற்கொண்டவர்கள் பெறக்கூடிய பலனை அடைவார்கள்.

முக்கிய விழாக்கள்

மாதந்தோறும வரும் அமாவாசை மற்றும் பௌர்ணமி தினங்களில், சிறப்பான பூஜைகள் நடைபெறுகின்றன. இந்த நாள்களில் பக்தர்கள் அதிகம் வருவர்.

இதேபோன்று புரட்டாசி மாதத்தில் வரும் நவராத்திரி சமயத்திலும், மார்கழி முதல்நாள் அன்றும், மாசி மாதத்தில் வரும் மகா சிவராத்திரி நாளிலும் இங்கு விசேஷமான வழிபாடுகள் நடைபெறுகின்றன.

இந்த ஆலயத்தின் முக்கியமான திருவிழா 'ஆடி அமாவாசை' நாள்தான். மற்ற கோயில்களில் சொல்லப்படும் பிரம்மோற்சவம் போன்றது இந்த நிகழ்ச்சி! இந்த சமயத்தில் சதுரகிரி, முற்றிலுமாக மக்களால் நிறைந்து விளங்கும்.

சிறப்புப் பேருந்துகள் தாணிப்பாறைக்கு இயக்கப்படும். அவ்வளவு விசேஷமான திருநாள், ஆடி அமாவாசை!

சித்தர்கள் யார்?

சாஸ்திர ஞானம்; உலகம் முழுவதையும் ஒரு நொடியில் சுற்றிவரும் ஆற்றல்; அணுவாகவும் பிரும்மாண்டமாகவும் தன்னை மாற்றிக் கொள்ளும் வல்லமை; எதையும் ஊடுருவும் ஆற்றல்; எதையும் அறியும் திறன்; அதை உணர்த்தும் தன்மை; இருந்த இடத்தில் இருந்தபடியே எங்கோ நடக்கும் நிகழ்வுகளை அறிதல்; தொலைவில் உள்ளதை காணும் வலிமை இவற்றோடு, தன்னில் தானாய் கரைந்திருப்பவர்களே சித்தர்கள்.

அதாவது, 'சித்தர்கள் - சிறுகுறிப்பு வரைக!' என்று கேட்ட கேள்விக்கு விடை சொன்னமாதிரி, அகத்தியருக்கு முருகன் அளித்த விளக்கம் இது.

இன்னும் சொல்லப்போனால், உடல் கொண்டு உலவும்போதே ஜீவனை சிவனில் வைத்து, தன்னுள் சிவத்தை இருத்தி, ஞான நிஷ்டர்களாக உலவியவர்களே சித்தர்கள்!

கண்ணுக்குத் தெரியாமல் அரூபமாக, சதுரகிரி வனத்துக்குள் இன்றும் இருக்கிறார்கள் சித்தர்கள்.

மகாலிங்கரை தரிசிக்க வரும் பக்தர்களை பாதுகாத்து, மனதார ஆசீர்வதித்து வழியனுப்பியும் வைக்கிறார்கள்.

சதுரகிரி செல்வது சாகசப் பயணம் மட்டுமல்ல, சந்தோஷம் தரும் ஆன்மிகப் பயணமும் கூட!